வெளி வாங்கும் காலம்

என். ஸ்ரீராம்

டிஸ்கவரி பப்ளிகேஷன்ஸ்
எண்: 9, பிளாட் எண்: 1080A, ரோஹிணி பிளாட்ஸ்
முனுசாமி சாலை, கே.கே.நகர் மேற்கு,
சென்னை - 600 078. பேச: 99404 46650

வெளியீட்டு எண்: 0290

வெளி வாங்கும் காலம் (சிறுகதை)
ஆசிரியர்: என்.ஸ்ரீராம்©
Veli Vangum Kaalam (Short Stories)
Author: **N.Shriram**©

ISBN: 978-81-19541-41-6
Print in India
Discovery 1st Edition: Dec - 2023
Pages - 160
Rs - 180

Publisher • Sales Rights

Discovery Publications
No. 9, Plot,1080A, Rohini Flats,
Munusamy Salai,
K.K.Nagar West, Chennai - 78.
Tamilnadu, India.
Mobile: +91 99404 46650

Discovery Book Palace (P) Ltd
No. 1055-B, Munusamy Salai,
K.K.Nagar West,
Chennai-600 078.
Ph: (044) 4855 7525
Mobile: +91 87545 07070

discoverybookpalace@gmail.com / www.discoverybookpalace.com

இந்த நூலில் பிரசுரமாகியுள்ள எந்த ஒரு பகுதியையும் எழுத்துபூர்வமான முன்அனுமதி பெறாமல் எடுத்தாள்வதோ, மறுபிரசுரம் செய்வதோ, மொழியாக்கம் செய்வதோ, ஊடகங்களில் மறுபதிப்புச் செய்வதோ, காப்புரிமைச் சட்டப்படி தடை செய்யப்பட்டுள்ளது. இந்த நூலிலிருந்து சில பகுதிகளை மேற்கோள்காட்டி நூல்அறிமுகம் செய்யலாம்.

உங்கள் மொபைல் போனிலிருந்து ஸ்கேன் செய்து 'டிஸ்கவரி புக் பேலஸ்' மொபைல் ஆப்பை டவுன்லோடு செய்து, புத்தகங்களை வாங்குங்கள்.

சமர்ப்பணம்

என்னை குழந்தையாக மாற்றும் எங்கள் வீட்டு குழந்தைகள்
அழகுதீபிகா, அஜய், அஸ்வின், அபிஷேக் ஆகியோருக்கு

உள்ளேயும் காலம் வெளியேயும்

என்னுடைய இப்போதைய நகர வாழ்க்கை நிலையிலிருந்து எனது 'பால்ய காலத்தைப் பற்றி நினைத்துப் பார்க்கையில் நிச்சயமாக அது ஒரு கனவுநிலை போன்ற தோற்றத்தையே விரிக்கிறது. நீண்ட தென்னை மரச்சால்கள் கொண்ட தோட்டம். அதன் வடக்கு மூலையில் பட்டுவரிக்கல் பாம்பேரி கொண்ட ஆழமான கிணறு... கிணறு இருக்கும் திசையிலிருந்து வாஸ்துப்படி கட்டப்பட்ட அடுக்கடுக்கான ஆசாரங்கள் கொண்ட பெரிய வீடுவாசலுக்கு முன்னால் நாரைகள் பம்மி நடக்கும் மெட்டுமடை கட்டுத்தரையில் கனைத்துக் கொண்டும் கடித்துக் கொண்டும் வண்டியில் பூட்டாமல் வெறுமனே நிற்கும் குதிரை. புகையிலைச் சாவடிக்கு வேலைக்கு வரும் ஆட்களை புறங்கை கட்டியபடி வேலை வாங்கும் அப்பாரய்யனின் ஆளுமை என என்னுள் ஒரு சித்திரம் போலவே படிந்து போயிருக்கிறது என் இளம் பிராயம்.

எங்கள் குடும்பத்தின் செல்வாக்கும் அந்த தோட்டத்தின் செழிப்பும் எப்போது? எப்படி? தேயத் துவங்கியது என சரியாகத் தெரியவில்லை. அது தேய்ந்த காலத்தில் நான் படிப்பு நிமித்தம் தாராபுரம் அனுப்பப்பட்டேன். அப்போது வளரிளம் பதிமூன்று வயது எனக்கு. தோட்டத்திலிருந்து தாராபுரம் போய்வரும் தூரமும் துல்லியமாக பதிமூன்று கிலோமீட்டர்தான்.

அலாதியான அரசியல் மற்றும் புவியியல் வெட்டுக்கள் ரணமாக அப்பாதை நான்கு தொகுதிகளையும் நான்குவிதமான லப் பகுதிகளையும் உள்ளடக்கியிருந்தது. தமிழ்நாட்டில் எட்டு மைல் தூரத்துக்குள் நான்கு சட்டமன்றத் தொகுதிகளை உள் அடக்கிய தை அநேகமாக நான் போய் வந்து கொண்டிருந்த அப்பெருந்து பாதையாகத்தான் இருக்க முடியும். காங்கேயம், பொங்கலூர், வெள்ளக்கோவில், தாராபுரம் என்கிற பெயரில் பிரியும் அத்தொகுதிகள், தர்தல் சமயத்தில் ஒரே சின்னத்தில் நான்கு வேட்பாளர்கள் "பாஸ்டர்களில் சிரிப்பது

வேடிக்கையாகவும், குழப்பமாகவும் தெரியும். அத்தொகுதிகளின் வரைகோடுபோலவே ஆற்றுவெளி, கரை வளி, , கொறங்காட்டுவெளி என வெவ்வேறான வசாய நிலங்களும், அதனை உழும் சனங்களின் வாழ்க்கைத் தரமும் வேறுபட்டிருந்தன. அங்கு ஓடும் நதிகளான அமரா வதியும், உப்பாறும்கூட வலப்புறம் செழுமையையும், இடப்புறம் மேகாடுகளையும் கொண்டதான விநோதம் பாலித்தது.

அதனைப்போலவே அச்சிறய நிலவெளியில் பறவைகளும், வளர்ப்பு மிருகங்களும், நிலமிருகங்களும் கூட வேறுபட்டிருந்தன.

இப்போது விவரிக்கிற அளவிற்கான பகுப்பாய்வுகளை அப்போது நான் கொண்டிருக்கவில்லை என்ற போதும் அந்தப் பயணமும், கிளுவை வேலிகள் மருங்கமைந்த பாதைகளும், காற்றின் திசை மாறுதலை முன்னிட்டு மாறும் பருவங்களுமே இன்றைய என் சொற்சித்திரத்துக்கு காரணமாய் அமைந்திருக்க கூடும்.

அடுத்ததாக பகல்பொழுதுகள் பாடங்களோடும், நகர வேடங்களோடும் கடந்து கழியும் கல்லூரி காலம். அந்த தினங்களின் சாயங்காலங்கள், தாழ்ந்த எறப்பு கொண்ட தெண்டபாணி சித்தப்பா, அருள் பிரகாஷ் மாமாவின் அப்புச்சிமார்களோடு சீட்டு விளையாண்டு கொண்டும், அவர்களின் திண்ணைகளில் வயதான ஒவ்வொரு பேச்சிலும் 'செலவாந்திரங்கள்' தொற்றிப்படரும் லாவகத்தினை ரசித்தபடியும் கழியும்.

அதே போல், இரவு நடுச் சாமம் வரை கோவில்பாளையத்து 'டெய்லர் கடை'யில் கழியும், மின் விளக்குகள் எரிந்தபோதும் அரிக்கேன் விளக்கு வெளிச்சத்தின் மங்கலான தோற்றத்தையே கொண்டிருக்கும் அந்த கடைதான் எப்போதும் எங்களின் முக்கிய வாசஸ்தலம். போர்வை போர்த்திக் கொண்டு பெரியவர்கள் வந்தமர்ந்து பேசும் பனிக்காலங்களும், வெற்று மேலோடு துண்டு விசிறிக் கொண்டு இளைஞர் பட்டாளங்கள் வந்தமர்ந்து பேசும் கோடைகாலங்களும் என அங்கு பேச்சுக்கள். பேச்சுக்கள், வாயும், காதும் ஓயாத பேச்சுக்கள். கதைகள் கைகளால் உருவாவதில்லை. வாய்களும், காதுகளுமே கதைகளின் மூலதனமும் முதல் கணமும் ஆகின்றன.

அங்கு பேசவரும் சனங்கள் வரும்போதே வயதை வீட்டில் தொங்கும் உறியின் அடிப்பானையில் மறைத்துவிட்டு வருவார்கள். காலத்தின் மத்து உறிப்பானை கடைந்து வயது அனுபவமாய் பீறிடுவதைமட்டும் தவிர்க்க முடியாது போகிறது.

அக்கதைகள் நூற்றாண்டுக் களைப்பையும் துயரங்களையும், க்கையில் உதறுகிற அலட்சியத்தையும், ஒரே நேரத்தில் தரவல்லவை.

அக்கதைகளிலிருந்தும், நான் பிறந்து வளர்ந்த கொங்குவெளி மண்ணிலிருந்தும் உள்வாங்கப்பட்டதன் பெருங்குன்றிலிருந்து ஒரு சிறு துகளே என் எழுத்து என நினைக்கிறேன்.

இதனோடு சேர்த்து என் எழுத்தை மெருகேற்ற எனக்கு வாய்த்தது ஒரு நல்ல நூலகம்.

1960ல் துவக்கப் பெற்ற அந்த தளவாய்பட்டிணம் நூலகத்தில் இல்லாத மொழி பெயர்ப்பு நூல்களே இல்லை என பிரமிப்பு ஏற்படுத்தியிருக்கிறது. வாசிப்புகள் மேலும் வாசிப்புகள் என்று தீராப்பசிபோல புத்தகங்களை தீண்டிய நாட்கள் பலவுண்டு. பூரண வாஸ்துப்படி கட்டிய கட்டிடங்களில் என்றும் மனிதர்கள் வசிக்க முடியாது என்பார்கள். அதனால்தானோ என்னவோ அந்த பழமையான நூலக கட்டிடத்தில் இப்போது நூல்கள் மட்டுமே வாசம் செய்து கொண்டிருக்கின்றன என்கிற சந்தேகம் எழுகிறது.

இத்தொகுப்பில் இடம் பெற்றிருக்கும் கதைகள் உங்கள் கண்முன்னே கொங்கு நிலவெளியின், சில புதிய களங்களையும், வாசிப்பு அனுபவங்களையும் கொடுக்கும் எனில் நான் என் எழுத்துக்காக செலவழித்த கால அவகாசம் நியாயமென உணர்வேன்.

எழுதுவதற்கான சூழலை தொடர்ந்து தந்து வரும் என் மனைவி ராதா, மகன் அபிஷேக்குமார் ஆகியோருக்கு நன்றி. இக்கதைகளை முதல்பதிப்பாக வெளியிட்ட கனவுபட்டறை சி.ஜெரால்டு இரண்டாம் பதிப்பாக வெளியிட்ட பாதரசம் சரோலாமா முன்றாம்பதிப்பை வெளியிடும் டிஸ்கவரி மு.வேடியப்பன் ஆகியோருக்கு மனமார்ந்த நன்றி.

பிரியமுடன்,

என். ஸ்ரீராம்

9841716099

06.11.2023

உள்ளே

முனி விரட்டு	11
தாமரை நாச்சி	18
சீமை அம்பத்தாறு தேசமும்	26
மூக்குத்திக் காகம்	50
மீட்பு	59
ஆதாயவாதிகள்	66
வெளி வாங்கும் காலம்	82
பிணம் தழுவியவன்	97
கிணற்றில் குதித்தவர்கள்!	105
பெயரைத் தொலைத்தவன்!	116
நெட்டுக்கட்டு வீடு	122
காற்றுக்காலம்	134
மழை நாள்	145
பேயைக் காட்டுபவர்	151

முனி விரட்டு

கொட்டடிப்பவர்கள் ஊருக்குள் போனார்கள். கொட்டடித்த படியே வீட்டுக்குவீடு நின்று தவசம் வாங்கிக் கொண்டார்கள்.

முனி அப்புச்சி கோயிலுக்குப் பச்சைத் தடுக்கில் கூரை வேய்ந்து கொண்டிருந்த ஆட்கள் வேலை முடிந்து கிளம்பிக் கொண்டிருந்தார்கள். இரவெல்லாம் கண் விழித்ததில் ஆட்களிடம் சடைவு தெரிந்தது.

விநாயகன்கோயில் கல்திண்டில் உட்கார்ந்திருந்த வயதானவர்கள் எல்லாரும் பேசியபடி கோயிலைப் பார்த்துக் கொண்டிருந்தார்கள்.

சேந்து கிணற்றடியில் ஏனோ கூட்டம் குறைவாகவே இருந்தது. பெரிய வீட்டுக்காரர் தலைவாசல் பக்கம் வந்து சத்தமிட்டார். “ஏம்ப்பா... பண்டாரத்த யாராச்சும் பாத்துச் சொன்னீங்களா? இல்ல, மறுபடி ஒரு எட்டு போய்த்தாம் பாத்துட்டு வர்றது... நேரமாகுதுல்ல...''

தடுக்கு வேய்ந்தவர்களில் ஒருவன் ஓடிப்போய் அவருக்குப் பதில் சொல்லிவிட்டு வந்தான். அவர் தூரத்திலிருந்தே கோயிலை நோட்டம் விட்டுவிட்டுத் திரும்பிப் போனார்.

கொட்டுச்சத்தம் மேற்கு வளவில் கேட்டுக் கொண்டிருந்தது. பஜனை மடத்துச் சந்துக்குள்ளிருந்து மாராண்டி வெளிப்பட்டான். எதிர்பாராதவிதமாக அவன் வந்ததில் எல்லாருக்கும் வியப்புத் தொற்றியது.

மாராண்டி நேராகக் கோயிலுக்குச் சென்றான். புதிய மண் கும்பத்தை எடுத்துக்கொண்டு வெளியே வந்தான். யாரிடமும் எதுவும் பேசவில்லை. தெற்குவெளி ஊர்த்தடத்தில் இறங்கி நடந்தான். ‘தீர்த்தம் கொண்டுவரப் போகிறான்’ என அங்கிருந்தவர்கள் பேசிக்கொண்டார்கள். மாராண்டி முனி அப்புச்சி சாட்டியதிலிருந்தே விரதம் இருக்கிறான். தீர்த்தம் கொண்டுவந்து வைத்ததில் இருந்து

எட்டாவது நாள் முனியை விரட்டுவதோடு சாட்டு முடிகிறது. அடுத்த நாளிலிருந்து விரதத்தைக் கலைத்துக் கொள்வான். அதுவரை, அந்த எட்டுநாளும் முனியாகவே ரூபங்கொண்டு திரிவான்.

நேரம் இளமதியம் கடந்து கொண்டிருந்தது. புறவெளியில் எங்கோ செம்போத்து குரல் கொடுத்தவண்ணம் இருந்தது. தலைவாசலில் சனங்கள் நிரம்பிக்கொண்டிருந்தனர். பேச்சுச் சத்தம் அதிகமாயிற்று.

சேந்து கிணற்றோரம் கொட்டடிப்பவர்கள் தீ மூட்டிப் பலகை 'காய்ச்சி'க் கொண்டிருந்தார்கள். பெரிய வீட்டுக்காரர் முன்நின்று எல்லாம் கவனித்துக் கொண்டிருந்தார். தெற்குவெளி ஊர்களுக்குப் போகும் தடத்திலிருந்து மாராண்டி வருவது தெரிந்ததும் கொட்டடிப்பவர்கள் ஓடிப்போய் அவனை எதிர்கொண்டு அழைத்து வந்தனர். கொட்டின் சத்தம் ஓங்கிக் கேட்டது. ஒரே தாளகதி இல்லாமல் மாறி மாறி அடி விழுந்தது. சஞ்சணக்கு... சஞ்சணக்கு... சஞ்சணக்கு...

மாராண்டி தீர்த்த கும்பத்தை முனி அப்புச்சிக்கு முன்பு கொண்டுவந்து இறக்கி வைத்து, மஞ்சள் காவித்துணியில் மூடி வேடு கட்டினான்.

பூஜை தொடங்கியது. திடீரென மாராண்டிக்கு அருள் வந்துவிட்டது. கோயிலுக்கு வெளியே வந்து, உடம்பை முறுக்கியபடி குதிக்கத் தொடங்கினான்.

கொட்டுக்காரர்கள் சூழ்ந்து கொண்டார்கள். கொட்டின் அடி, இப்போது ஏறி இறங்கிக் கொண்டிருந்தது.

மாராண்டி மண்ணில் விழுந்து புரண்டு ஆடினான். கூட்டத்தில் யாரோ குடத்து நிறைய நீரைக் கொண்டுவந்து மாராண்டி மேல் ஊற்றினார். சிலிர்த்துக் கொண்டான். தொப்பலாக நனைந்து போனான்.

பின் நின்று, நிதானமாகக் கூட்டத்தை நோட்டமிட்டான். விருத்தம் பாடினான். பெண்கள் பக்கமிருந்து யாரையோ கூப்பிட்டான். கணக்குச் சொல்லத் தொடங்கினான். கூட்டம் நெருங்கி வந்தது. சுற்றிலும் மெல்ல உட்காரத் தொடங்கியது.

அப்புறம் வெகுநேரம் சாமியாட்டம் நடந்து, கூட்டமெல்லாம் கலைந்தபின் மாராண்டி கோயில் முன்பு வந்து படுத்துக் கொண்டான். ரொம்பவும் களைத்துப் போயிருந்தான். முனி அப்புச்சி கோயில் பச்சைத் தடுக்கு அந்தி வெயில் பட்டுத் தகதகத்தது. முனி அப்புச்சிக்கு என்றுமில்லாத ஒரு பொலிவையும் ராஜ கம்பீரத்தையும் வழங்கிக் கொண்டிருந்தது அந்தக் கிரணம் அந்த நேரத்தில்!

கோயில் பக்கம் சொற்பமாக நின்றிருந்தவர்களும் கலைந்து போனபின், தலைவாசல் வெறிச்சென்று ஆகியது.

சேந்து கிணற்றடியில் மட்டும் தண்ணீர் சேந்தும் பெண்கள் இருந்தனர். உருளை கிரீச்சிடும் சத்தம், விநாயகன்கோயில் அரசமரத்தில் அணையும் பறவைகளின் சத்தத்தோடு கலந்து கேட்டபடியே இருந்தது.

முப்பத்திரண்டு வருடங்களுக்குப் பின், முனி அப்புச்சி சாட்டுவதற்கு மழை பெரும்பங்கு வகித்தது. இந்த நான்கைந்து வருடங்களாகப் பருவமழை தொடர்ந்தாற்போல் பொய்த்ததற்கு முனி அப்புச்சியை நினைக்காததே முழுக்காரணம் எனச் சுற்றுப்பட்டு ஊர்ச்சனங்களும் நம்பத் தொடங்கி விட்டனர். அக்னி நட்சத்திரத்துக்குப் பின்னிட்ட வைகாசி நன்னாளில் ஊர்க்கூட்டம் சாட்டை அறிவித்தது.

ஊரில் முனி அப்புச்சி, கோயில் சாட்டிய விஷயம் சுற்றுவெளி ஊர்களுக்கெல்லாம் பரவியிருந்தது. பழையபகை கொண்ட தெற்குவெளி ஊர்களான ஆலாம்பாளையம், வடுகபாளையம், குப்புச்சிபாளையம், நஞ்சியம்பாளையம் போன்ற ஊர்களில் இருந்தும்கூட சனங்கள் மாட்டு வண்டி கட்டிக்கொண்டு வந்தார்கள்.

மாராண்டியின் சாமியாட்டம் பகல் எல்லாம் நடந்துகொண்டே இருந்தது. எட்டுநாளும் சனங்கள் கணக்குக் கேட்டபடியே இருந்தனர்.

எருமைக் கிடாவை இழுத்து வந்தார்கள். மாராண்டி மண் ஓட்டுச் சாதத்தைக் கையில் எடுத்துக் கொண்டான். முனி அப்புச்சி கோயில் பெரிய வெட்டரிவாளை இரண்டு ஆட்கள் பிடித்து ஓங்கிக் கிடாயின் கழுத்தில் வெட்டினார்கள். தலை தெறித்துப் போய் விழுந்தது. மாராண்டி கை படாமல், ரத்தத்தைச் சாதத்தின் மேல் பிடித்துக் கொண்டான்.

கொட்டு அடிப்பவனோடு வந்த வேறுசில ஆட்கள் எருமைக்கிடாயின் முண்டத்தைக் கத்தியால் பிளந்தார்கள். குடலை உருவி மாராண்டிக்கு மாலையாகப் போட்டார்கள்.

முனியின் வெறித்த கண்களில் தீவிரம் பற்றியது. அந்தக் கணத் திலிருந்து மாராண்டி மறைந்து போனான். சனங்களின் கண்களுக்கு முனி தெரிந்தது.

முனி கோயிலை நோக்கிப் போனது. கொட்டு அடிப்பவர்கள் தயாரானார்கள். அத்தனை சனங்களும் வீட்டுக்குள் போய்க் கதவை அடைத்துக் கொண்டார்கள். ஜன்னல்களையும், சாத்திக் கொண்டார்கள்.

முனி விரட்டும் ஆட்களோடு, கொட்டு அடிப்பவர்களும் பெரிய வீட்டுக்காரரும் தவிர்த்து, வெளியே ஈ, காக்காய் இல்லை. 'முனி எந்த நிமிடமும் தாக்கக்கூடும்' என எதிர்பார்த்திருந்தனர்.

எங்கும் இருள்படர்ந்து கிடந்தது. முனி விரட்டும் ஆட்கள் கோயிலையே பார்த்தபடி இருந்தனர். கப்பென்ற நிசப்தம். ஒருவித ஆள்அரவமற்ற பயத்தைத் தோற்றுவித்துக் கொண்டிருந்தது.

திடீரென முனி, கோயிலை விட்டு வெளியே வந்து நின்றது. விழிகள் தெறித்துவிடும்போல வெறித்தன. வெற்றுவெளியில் கிழக்கே எதையோ கொஞ்சதூரம் துரத்திப் போய்த் திரும்பிற்று.

விரட்டும் ஆட்கள் தயாரானார்கள். கோழிக்குஞ்சு வைத்திருந்தவனும் சாட்டை வைத்திருந்தவனும் முன்னே போயினர். சூடிக்கயிறு வைத்திருந்தவன் பின்னே போய்ப் பதுங்கிக் கொண்டான். பெரிய வீட்டுக்காரர் பக்கம் பந்தம் பிடிப்பவன் நின்று கொண்டான்.

முனி, விரட்டும் ஆட்களை வெறித்தது. கொட்டு அடிப்பவர்கள் முனியின் முன்னேபோய் அடிக்கத் தொடங்கினார்கள். முனி, கொட்டின் அடிக்கு இசைவாக ஆடியது. யாரும் எதிர்பாராத தருணத்தில் ஊருக்குள் நுழைந்தது.

ஆழ்ந்த நிசப்தத்தின் ஊடே, சனங்களற்ற வீதிக்கு வசீகரம் கூடியிருந்தது. காரை வீடுகளின் சுவர்கள் மங்கிக் கிடந்தன. சரிந்த தட்டோடுக் கூரைகளின் மேலே சிறுசிறு வெளவால்கள் அலைவது சிதறிய நட்சத்திர ஒளியில் தெரிந்தன.

முனி, சில வீட்டுக் கதவுகளை இடித்துத் தள்ள முயன்றது. இருந்திருந்தாற்போல வெறித்தனமாகச் சத்தமிட்டது. இயல்பான தொனி மாறி, முனிக்கே உண்டான குரல் போலிருந்தது.

பெரிய வீட்டுக்காரர் கோழிக்குஞ்சு வைத்திருந்தவனிடம் சொன்னார்... "பலி கொடு... பலி கொடு..''

கோழிக்குஞ்சு வைத்திருந்தவன் முனியிடம் ஓடினான். முனி, மண்டியிட்டு உட்கார்ந்து வாயைப் பிளந்தபடி வானத்தைப் பார்த்தது. தலையைச் சுழற்றி கர்ணகொடூரமாகச் சத்தமிட்டது. கோழிக்குஞ்சு வைத்திருந்தவன், அதை முனியின் வாயில் திணித்தான். முனி, நறநறவென்று அதன் குரல்வளையைக் கடித்து ரத்தம் குடித்தது. பின், அதைத் தூரத் துப்பியது.

கொட்டு அடிப்பவர்கள் சூழ்ந்து கொண்டு அடித்தார்கள். முனி மயக்கமுற்றதுபோலக் கீழே தலை போட்டு உட்கார்ந்தது. சூடிக்கயிறு வைத்திருந்தவன் பின்னால் போய், முனியின் இடுப்பில் கயிற்றைக் கட்டினான். பின்பு, எட்டப்போய் நின்று, கயிற்றின் நுனியைப் பிடித்துக் கொண்டான்.

கொட்டு அடிப்பவர்கள் முனியின் அருகில் வந்து சத்தமாக அடித்தார்கள். முனி, எழுந்து மேற்கு வளவு வீதியில் ஓடியது.

சூடிக்கயிறு பிடித்திருந்தவன், கயிற்றைச் சுண்டி முனியை வேறுபக்கம் இழுக்க முயன்றான். ஆனால், அதன் வேகத்துக்கு அவனால் ஈடு கொடுக்க முடியவில்லை. அதோடு சேர்ந்து ஓடினான். கொட்டு அடிப்பவர்களும் முனியின் பின்னால் அடித்துக் கொண்டே ஓடினார்கள்.

முனி, ஊரின் நாலா வீதிகளிலும் நுழைந்தது. திண்டு வைத்த வெளித் திண்ணைகள் வெறுமனே கிடந்தன. வீட்டுக்குள் இருக்கும் சனங்கள், முனியின் திகழ்தன்மை கண்டு உறக்கமற்றுக் கிடந்தனர். குழந்தைகள் பயத்தின் இறுக்கத்தில் மூத்திரம் முட்டித் தவித்தன.

தலைவாசல் வந்து சேர்ந்தபோது, கோழி கூப்பிட்டாகி விட்டது. முனியும் களைத்துப் போயிருந்தது. கோயில் பக்கம் இழுத்துப் போனார்கள். பெரிய வீட்டுக்காரர் கேட்டார் “ஏன் ஓடிர்றியா இல்லே, இன்னம் இருக்க ஆசையா?''

“முனி போகாது... இந்தத் தடவை ஊருக்குள்ளே ரத்தம் குடிக்காமப் போகவே போகாது.!''

முனி சொல்லிவிட்டு முறைத்தது. சாட்டை வைத்திருந்தவன் முனியின் முதுகில் ஓங்கி அடித்தான். சாட்டையின் சுழற்சி, காற்றில் படீரெனச் சத்தமெழுப்பிற்று. திரும்பவும் முனி வீறாப்பாகச் சொல்லிற்று... “முனி போகாது!''

மீண்டும் அடி பலமாக விழுந்தது. முதுகில் தடித்துக் கொண்டது. அப்பவும் முனி அசைந்து கொடுக்காமலே நின்றது. அடி மேலும் மேலும் விழுந்து கொண்டே இருந்தது. மற்ற ஆட்கள் சோர்ந்து போய் உட்கார்ந்திருந்தார்கள். கொட்டு அடிப்பவர்களும் அடிப்பதை நிறுத்தியிருந்தார்கள். முனியின் முதுகில் ரத்தம் கசியத் தொடங்கியது.

கிழக்கே காரி கட்டியிருந்தது. நீண்ட நாட்களுக்குப் பின்பு காற்று கொம்பு சுழன்று அடித்தது. மழை வருவதற்கான அறிகுறி தென்பட்டது.

விடியும் தறுவாயில் முனி தரையைப் பார்த்தபடி கத்தியது...
"நாபோறேன்...ஓடிப்போறேன்.. என்னை உட்டுருங்கோ..!"

சாட்டைக்காரன் அடிப்பதை நிறுத்திவிட்டுக் கேட்டான்...
"மறுக்காவும் வரமாண்டியே?"

"எங்கப்புச்சி சத்தியமா வரமாண்டே!"

வேறொருவன் குடத்து நீரைக் கொண்டுவந்து முனியின் தலையில் ஊற்றினான். ரத்தம் நீரில் கலந்து ஒழுகியது. முனி, அதே இடத்தில் மண்டியிட்டு உட்கார்ந்து கொண்டது.

பெரிய வீட்டுக்காரர் கேட்டார்... "அப்ப தீர்த்தக் கும்பத்தை விட்டுருலாமா?"

முனி, சரியென்று தலையசைத்தது. மெல்ல எழுந்தது. சாந்தமடைந்திருந்தது. கோயிலுள்ளே சென்று தீர்த்தக் கும்பத்தை எடுத்துத் தலையில் வைத்துக் கொண்டு வெளியே வந்து, தெற்குவெளி ஊர்த்தடத்தில் நடந்தது.

ஆற்றுக்குப் போகும் ஒற்றைத் தடத்துப் பக்கம் முனி அப்புச்சி கோயில் கிணறு இருந்தது. பட்டுவரிக்கல் வைத்துக் கட்டிய அகலமான கிணறு. இச்சி மரங்கள் சுற்றிலும் படர்ந்திருந்தன. முனி, தீர்த்தக் கும்பத்தை அந்தக் கிணற்றுக்குள் வீசிப் போட்டது. தண்ணீரில் கும்பம் விழும் சத்தம் சுவரில் பட்டு எதிரொலித்தது. ஆட்கள் ஊரை நோக்கி ஓடினார்கள். கொட்டு அடிப்பவர்கள் கொட்டு அடித்தபடி வீதியில் நுழைந்தார்கள். சத்தமிட்டார்கள். "முனி விரட்டியாச்சு சாமியோவ்! எல்லோரும் வெளியே வாங்கோவ்!"

பளபளவென விடிந்துவிட்டது. குருவிகளின் சத்தம் கேட்டது. ஒவ்வொரு வீடாகத் தாழ் நீக்கின. சனங்கள் வெளிப்பட்டு, தலைவாசல் பக்கம் வந்தார்கள்.

மாராண்டி கிணற்றில் முங்கி எழுந்தான். காயங்கள் எல்லாம் தடித்துப் போயிருந்தன. உடம்பு மொத்தமும் வலித்தது. படியில் ஏறி வரும்போது பொழுது கிளம்பியிருந்தது.

பெரிய வீட்டுக்காரரைப் பார்க்க அரண்மனை வீட்டுக்குப் போனான். அவர் பணத்தை எண்ணிக் கொடுத்தார். அதில் மளிகைக் கடையில் மிக்ஸர் பொட்டலமும் பழமும் வாங்கிக் கொண்டான்.

வடக்குவளவு வீதியில் இறங்கி நடந்தான். வீடு சாத்தியிருந்தது. நடையைப் பிடித்தபடி கதவைத் தட்டினான்.

உள்ளே யாரோ நடந்துவரும் சத்தம் கேட்டது. பையன் வந்து திறந்தான். ஏழு வயதிருக்கும். மாராண்டியைக் கண்டதும் வீலென்று கத்தினான்.

"அம்மா... முனி... முனி வந்திருச்சு...!"

"அடேய்... நாங்கொப்பண்டா!"

"இல்லே... முனி!"

பையன் வேகமாகச் சமையல்கட்டுப் பக்கம் ஓடினான். அழுதபடி அம்மாவைக் கட்டிக் கொண்டான். திரும்பவும் கத்தினான்... "முனி... முனி... வந்திடுச்சு! தொரத்தும்மா அதை!"

பையனின் வார்த்தைகள் குழறி வெளிவந்தன. மாராண்டி அப்படியே சிலையாக நின்று கொண்டான்.

— ஆனந்த விகடன், 28.03.2004

(இலக்கியச் சிந்தனை பரிசு பெற்ற படைப்பு)

தாமரை நாச்சி

தட்டு ஓடுகள் உதிர்ந்து சீமை ஓட்டு மேய்ச்சல் வந்தபின் கோம்பைச் சுவர்கள் எடுப்பாகத் தெரிய ஆரம்பித்தன. எல்லா வீடுகளும் ஒத்தைக் கோம்பை கொண்ட வீடுகள், ரெட்டைக் கோம்பை கொண்ட வீடுகள், நான்கு கோம்பை கொண்ட வீடுகள் என கோம்பை வீடுகள் ஊரில் நிறைய இருந்தன. மூன்று கோம்பை கொண்ட வீடுகளை மட்டும் பார்ப்பது அரிதாகவே இருந்தன. விழுந்து விட்ட ரங்கய்யக் கோனாரின் மகள் வீட்டைத் தவிர்த்துவிட்டால் தற்போது தாமரை நாச்சியின் வீடுமட்டுந்தான் மூன்று கோம்பை கொண்ட வீடாக இருந்தது.

மூன்று கோம்பை கொண்ட வீடு விளங்காது என்பாள் சுசியின் அம்மா. ஊருக்குள் வேறுசில வயோதிகர்களும் அப்படித்தான் சொன்னார்கள்.

சுசியின் வீட்டுக்கும் தாமரை நாச்சியின் வீட்டுக்கும் இடையே பொதுவான ஒரே சுவர் இருந்தது. சுவரின் இந்தப் பக்கமிருந்தே சுசியின் அம்மா தாமரை நாச்சி குடும்பத்தோடு பேசுவாள். தாமரை நாச்சி வீட்டில் எல்லாப் பெண்களுமே, தரை அதிரவே நடந்தார்கள். ஒரே வாகுகொண்ட பாதம் அந்தப் பெண்களுக்கு. நடக்கும் காலடி ஓசையை வைத்தே யார் என துல்லியமாகக் கணிப்பாள் சுசி. சுவரை பொத்துக் கொண்டு போய் பார்த்து வந்ததுபோல இருக்கும் சுசியின் கணிப்பு. சுசியின் அம்மா சொல்வாள் சுசியிடம். உனக்கு பாம்புக் கண்ணு என்று. இரவில் தாமரை நாச்சியை அவர்கள் திட்டும் சப்தம் அப்படியே இந்தப் பக்கம் கேட்டது. நிசப்தம் உறைந்த பின்னிரவில் மணியக்காரர் போதையில் உளறுவதும் கேட்டது. சரஸ்வதியக்கா குறட்டை விடும் இரவுகளில் விடிந்ததும் சுசியின் அம்மா தாமரை நாச்சியின் அம்மாவைக் கூப்பிட்டுச் சொன்னாள்.

வயசுப்புள்ள கொறட்டை போடலாமா... நாளையோட சரஸ்வதியெ மல்லாக்கப் படுக்க வேணாமுன்னு சொல்லுங்க.

மணியக்காரர் வெளியே கிளம்பிப் போனபின் சுசி, அந்தப் பக்கம் சென்று பத்மாக்காவோடு பேசிவிட்டு வந்தாள். காலையில் தாமரை நாச்சியை திண்ணைத் தூணில் கட்டி வைத்திருப்பதைக் காணும்போது, பாவமாக இருந்தது. தாமரை நாச்சி அலறியபடியே இருந்தாள். சரஸ்வதியக்காவோ, சுலோசனாவோ எதுவுமே நடவாததுபோல வேலையில் ஈடுபட்டிருந்தார்கள். தாமரை நாச்சியின் அம்மா சமையற்கட்டை ஒட்டிய திண்ணைத் தூணில் ஈயக்கலையம் வைத்துத் தயிர் சிலுப்பிக் கொண்டிருந்தாள். மத்துக்கோலின் அடியில் வெண்ணெய் திரண்டு வந்தது. வீட்டுக்குள்ளிருந்து புகை வெளியே வந்து கொண்டிருந்தது.

தாமரை நாச்சியின் வீட்டு சன்னல்கள் மிகவும் சிறியவையாக இருந்தன. எப்பொழுதும் சாத்தியே வைத்திருந்தார்கள். நிலவின் மேலேயுள்ள விளக்கு மாடத்தில் அழுக்கு அண்டிப் போயிருந்தது. உள்ளே நுழைந்ததும் மணியக்காரர் பீடிக் கட்டையும் தீப்பெட்டியையும் அங்குதான் வைத்துப் போவார். இந்த வீடு முதலில் வேணு சித்தப்பாவின் வீடாகத்தான் இருந்தது. வேணு சித்தப்பா வீட்டை மணியக்காரருக்கு விற்றது தெரிந்தவுடன் சுசியின் அம்மா கடும்கோபம் கொண்டு வார்த்தை பேசினாள். இரு குடும்பங்களுக்கும் உட்பகை ஏற்பட்டது. போக்குவரத்து நின்று போனது. வேணு சித்தப்பா சுசியின் அம்மாவோடு சண்டைக்கட்டிப் போன மறுநாள் மதியம், மணியக்காரர் வண்டியில் கொண்டு வந்து சாமான்களை இறக்கினார். பால் காய்ச்சிவிட்டு பெண்கள் வாசலுக்கு வந்தபோது, மதிற்சன்னலோரம் நின்று சுசி பார்த்தாள். நான்கு பெண்களும் மணியக்காரர் ஜாடையாகவே இருந்தார்கள். அன்றைக்கு சாயந்தரத்தில் மழை இறங்கியது. கார்மழைக்கே உண்டான கனமான துளிகள். நீண்டகாலத்திற்குப் பின் கல்லுமாரி விழுந்தது. கல்லுமாரியைக் கண்டதும் குதூகலம் தொற்றியது பெண்களுக்கு. மூன்று பெண்கள் வாசலில் குதித்தனர். கல்லுமாரியைப் பொறுக்கினர். பாவாடை, சட்டை நனைந்து போயிற்று பெண்களுக்கு. கல்லுமாரியை எடுத்து வந்து கண்ணாடி ஜாடியில் போட்டு வைத்தார்கள். கல்லுமாரியை நாக்கில் வைத்து, விறுவிறுப்பாய் கரையும் அதன் சுவையை ரசித்தபடி விளையாண்டார்கள்.

தாமரை நாச்சியை மழையில் இறங்கவிடாமல் அவளின் அம்மா பிடித்து வைத்துக் கொண்டாள். தாமரைநாச்சி பெருங்குரலெடுத்து அழுதாள். சப்தம் ஓங்கிக் கேட்டது. மணியக்காரர் ஈர்க்குமார் குச்சியை

உருவி எடுத்து வந்தார். தாமரை நாச்சியின் பின்புறத்தில் அடித்தார். மழை ஓய்ந்தபாடில்லை. மின்னலும் இடியும் அதிகமாக இருந்தன.

இது சரஸ்வதியப் பாத்துப் போற நாலாவது மாப்பிள்ளை. இவனும் எல்லாரும் சொன்ன காரணத்தைத்தான் சொல்லறான். தாமரை நாச்சியைப் பத்திக் கேள்விப்பட்டதும் பையனில்லாத ஊடு... கடெசி காலத்துல இதெய ஆரு வெச்சுக் காப்பாத்துவா. சோறு போடுவான்னு கேக்கறான்...

தாமரை நாச்சியின் அம்மா அழத் தொடங்கினாள். சுசிக்கும் கண்களில் நீர் கோ(ர்)த்துக் கொண்டது. சுசியின் அம்மா ஆறுதலாகப் பேசினாள். சுவரின் அந்த பக்கம் மௌனம் கவிழ்ந்து கிடந்தது. வெகுநேரம் அப்படியே போனது. தாமரை நாச்சியின் அம்மா எழுந்துபோன போது இருட்டி விட்டது.

சாமத்தில் மணியக்காரர் கோம்பைச் சுவரில் ஏணி வைத்து ஏறினார். முகடும் கோம்பைச் சுவரும் இணையும் இடத்தில் இருந்தன, அழுக்குவண்ணான் குருவிக் கூடுகள். ஆளின்வாசனை பட்டதும் குருவிகள் பறந்து போயின. தலைக்கு மேலே வட்டமிட்டபடி குரல் எழுப்பின. இருளில் குருவிச் சப்தம் கேட்டதும் நாய் ஒன்று குரைத்தபடி வந்தது. காற்று அடங்கிப் போயிருந்தது.

மணியக்காரர் பேட்டரி லைட் வெளிச்சத்தில் கூடுகளைப் பார்த்தார். சத்தை பொளக்கமான கூடுகள் குஞ்சுகள் வாயைப் பிளந்தபடி எவ்வின. எல்லாம் ரெக்கை முளைக்காத குஞ்சுகள். குஞ்சுகளைத் தூக்கி வாசலில் வீசினார் மணியக்காரர். கீழே இறங்கி வரும்போது பார்த்தார், குஞ்சுகளை பூனை கவ்விக் கொண்டு போவதை.

அழுக்கு வண்ணான் குருவிகள் இடம்பெயர்ந்தபின் வேறு ஒரு வகைக் குருவிகள் வந்து கூடு வைத்தன. பத்மாக்கா அந்த குருவிகளுக்கு கொண்டைக் கொப்பி என பெயர் வைத்து அழைத்தாள். துடுப்புப்போல தொங்கிய மஞ்சள்நிற அலகும், பெரிய பூக்கொண்டையும் கொண்ட குருவிகள் அவை. பெண் குருவிகள் அடைபடுத்த தினங்களில் ஆண் குருவிகள் ஓட்டின் மேல் நடந்தபடி இரவெல்லாம் அணத்தின. குஞ்சு பொறித்த பின்பு கூட்டிலிருந்து ஒரு துர்வாடை கிளம்பி வீடெங்கும் அடித்துப் போயிற்று. விநோதமான அதன் குரலை இன்னும் சாயங்காலங்களில் கோவில் மதிலோரம் கேட்க முடிந்தது.

தூரிநோன்பிற்குப் பின் வேப்பம்பழங்கள் உதிரத் தொடங்கின. வேப்பமுத்து பொறுக்க சரஸ்வதியக்காவும் பத்மாக்காவும்

கிளம்பினார்கள். கூடையை இடுக்கிக் கொண்டு தோட்ட வெளிகளில் வேப்பமரங்களைத் தேடி அலைந்தார்கள். காற்று மரங்களை வளைத்துப் போனது. சுசியும் சுலோசனாவும்கூட சில சமயங்களில் சேர்ந்து கொண்டனர். வேப்பவாதுகளுக்குள் உட்கார்ந்து கொண்டு பார்க்கும் அழகு வண்ணான் குருவிகள் இவர்களை முறைப்பது போலவே இருந்தது. விட்டுவிட்டுக் கேட்கும் அதன் குரல் இவர்களை விரட்டுவது போலவும் இருந்தது பத்மாக்காவுக்கு.

வீடு திரும்பி வரும்போது பத்மாக்கா தடங்களில் காக்கா முத்து பொறுக்கியபடி வந்தாள். கூடையைக் கொண்டு வந்து திண்ணையில் இறக்கி வைக்கும்போது, பின்மதியத்திற்கு மேலாகி விட்டது. வெயில் தாழாமலேயேயிருந்தது. தாமரை நாச்சியின் அம்மா நடைக்கு வெளியே வந்து சப்தமிட்டாள்.

"வயசுப்புள்ளீக இப்படியா திரியறது ரோந்துக்காரியாட்ட… மூஞ்சியப்பாரு கருவழுஞ்சு போச்சு…"

வேப்பமுத்து வாங்குகிறவனுக்காக ஆவணி மாதமெல்லாம் காத்துக் கிடந்தார்கள் பெண்கள். வீதி வெறிச்சோடி, சனங்களற்ற ஒரு பின் மதியத்தில் வேப்பமுத்து வாங்குகிறவனின் குரல் கேட்டது. ஊரின் எந்த மூலையிலிருந்து அவன் குரல் கேட்கிறது என பிடிபடவேயில்லை.

சிறிது நேரத்திற்குப் பின் குறுகிய வீதியில் சைக்கிளை உருட்டியபடி வந்து சேர்ந்தான். சுலோசனாதான் எழுந்து ஓடிப்போய் அவனை வாசலுக்குக் கூட்டிவந்தாள். திண்ணையை ஒட்டி நின்று கொண்டான் அவன். திண்ணையோரத்தில் வேப்பமுத்தைக் கொட்டி, படியில் அளக்கத் தொடங்கினான். எல்லா வருஷமும் போலவே பத்மாக்கா ரெண்டுபடி அதிகமாகத்தான் போட்டாள். கிளம்பிப்போகும்போது வேப்பமுத்து வாங்குகிறவன் தாமரை நாச்சியின் அம்மாவிடம் மோர் வாங்கிக் குடித்துவிட்டுப் போனான். சுவரின் நிழல் கிழக்கே படர்ந்த படியிருந்தது.

புரட்டாசி மாதத்து மூன்றாம் சனிக்கிழமையில் கோப்பனார் சுவாமி கோவிலுக்கு போகும் வழிச்செலவுக்கு வேப்பமுத்து காசு ஆயிற்று. ஊருக்குத் திரும்பி வரும்போது ரெட்டியார் சத்திரம் வந்து பஸ் ஏறும்போது பெண்கள் ஆளாளுக்குப் பொருட்கள் வாங்கத் தொடங்கினார்கள். நிதானமா, கண்ணாடி வளையல், பவுடர் அடிக்கும் மெத்தை, ஸ்டிக்கர் பொட்டு, நகபாலீஸ், மிராணி கலர் ஜாக்கெட் என.

தாமரை நாச்சியின் அம்மா பொரிகடலை முடிந்த மழைக் காகிதப்பையை இக்கத்தில் இடுக்கியபடி வாசலுக்கு வரும்போதே தாமரை நாச்சி எட்டி விழுந்து கொண்டு வெளியே ஓடிவந்து பிடுங்கினாள். அந்த வாரமெல்லாம், தாமரை நாச்சி நாமக்கட்டியை மூஞ்சிக்கு அரைத்து பூசிக்கொண்டு அழிம்பு பண்ணினாள். திண்ணைச் சுவரெங்கும் கிறுக்கிக் கொண்டேயிருந்தாள். நாமக் கட்டியைப் பிடுங்கி அம்மா ஒழித்து வைக்கும் பொழுதெல்லாம் பெரிதாக ஒப்பாரி வைத்தாள். தாமரை நாச்சியின் சப்தம் பொறுக்க முடியாமலேயிருந்தது.

வேலைகளற்ற நாட்களில், வீதியைப் பார்த்தபடியிருக்கும் திண்ணையில் உட்கார்ந்து ராட்டை சுற்றினர் பெண்கள். சரஸ்வதியக்கா விடுகதை போட்டாள். கை சுழன்றபடியேயிருந்தது. பத்மாக்காவுக்கு பெரும்பாலும் விடை தெரிந்தேயிருந்தது. விடை தெரியாதவள் போலவே காட்டிக் கொண்டு உள்ளுக்குள் சிரித்தாள். எதிர்வீட்டுப் பெண்கள் முழிக்கும்போது சரஸ்வதியக்கா இரக்கப்பட்டு விடுவித்தாள். பத்மாக்காவுக்குக் கோபம் வந்தது.

“பதில் கதை வாங்காமல் இப்படியா விடுவிக்கிறது…?''

“இப்ப என்ன? கெட்டுக் குடியா முழுகிப்போச்சு…''

தாமரை நாச்சியின் அம்மா சிரித்தபடி நடைக்குள்ளிருந்து வெளியே வந்தாள். தாமரை நாச்சியின் அம்மா அபூர்வமாகச் சிரிக்கும் அந்த சிரிப்பில் தனி வசீகரமிருப்பதாகவே தெரிந்தது சுசிக்கு.

பதினைந்து நாட்கள் ஆனதும் கதர் கடையிலிருந்து சிட்டம் எடுத்துப்போக, குமரேச வாத்தியார் வந்தார். சிட்டங்களை எண்ணி முடித்ததும் திண்ணையில் உட்கார்ந்து பேச ஆரம்பித்தார். எப்பொழுதும் போலவே நடைமேல் உட்கார்ந்தபடியே கேட்டாள் தாமரை நாச்சியின் அம்மா. குமரேச வாத்தியார் உள்ளே எட்டிப் பெண்களைப் பார்த்துக் கொண்டே பேசினார். உள் நிலவின் மேல் சாய்ந்து, ஒட்டியபடி உட்கார்ந்து கொண்டு கேட்டனர் பெண்கள்.

ஒரு தினம் சரஸ்வதியக்காவும் தாமரை நாச்சியும் மட்டுமே தனித்திருந்த இளமதியத்தில் வந்தார் குமரேச வாத்தியார். வாத்தியாரைக் கண்டதும் தாமரை நாச்சி எப்பொழுதும் போலவே பயந்து உள் அறைக்குள் போய் ஒடுங்கிக் கொண்டாள். வாத்தியார் மயில் கழுத்து நிற, சரிகை போட்ட பட்டுப்புடைவையை விரித்துக் காண்பித்தபடி பேசினார். சரஸ்வதியக்கா பதில் பேசாமல் நடைமேல் நின்று கொண்டேயிருந்தாள். குமரேச வாத்தியார் வீதியை ஒருமுறை

பார்த்துவிட்டு சரஸ்வதியக்காவை விலக்கி, வீட்டின் உட்புறம் போய் நின்று பேசினார் அவசரமாக.

“பெருசா நீ எதுவும் செய்ய வேண்டாம். மாசத்துல ரெண்டு தடவெ ஒத்துழைச்சா போதும்... இது ஆருக்கும் தெரியப் போறதில்லை. இது மாதிரி நெறையப் புடவெ வாங்கித் தர்றேன்... பணமும் தாறேன்... என்ன நாஞ்சொல்லறது புரியுதில்ல...''

சரஸ்வதியக்கா வெளியே பார்த்தபடி அழ ஆரம்பித்தாள். நிசப்தம் மூழ்கிக் கிடந்த ஊரில், எங்கோ ஓர் ஒற்றைக்காகம் விட்டு விட்டுக் கரைந்து கொண்டிருந்தது. குமரேச வாத்தியார் சரஸ்வதியக் காவையே பார்த்தபடியேயிருந்தார். உள் வீட்டிற்குள் தாமரை நாச்சி விசும்பியபடி பார்த்துக் கொண்டிருந்தாள். வெளிவரத் தெரியாமல், மெல்ல சரஸ்வதியக்காவின் கிட்ட வந்தார் வாத்தியார். சரஸ்வதியக்காவின் முதுகைத் தொட்டுத் தடவியபடி ஏதோ பேசினார். சிலிர்த்தபடி நகர்ந்தாள் சரஸ்வதியக்கா. வெளியிலிருந்து தண்ணிக் குடத்தோடு உள்ளே வந்த தாமரை நாச்சியின் அம்மா அதட்டினாள். குமரேசவாத்தியார் புடைவையை இக்கத்தில் வைத்துக் கொண்டு தலை கவிழ்ந்தபடி வெளியேறிப் போனார். வாத்தியாரின் நரைத்த நெஞ்சு முடிக்கிடையே வேர்த்து வடிந்தது.

தாமரை நாச்சியின் அம்மா, குடத்தை இறக்கி வைத்ததும் கட்டிக் கொண்டு அழுதாள் சரஸ்வதியக்கா. சுவாசம் விம்மியது. வெகுநேரத்திற்குப் பின் அழுது ஓய்ந்ததும் தாமரை நாச்சியின் அம்மா தாமரை நாச்சியைப் பார்த்தபடியே பேசினாள். குரல் உடைந்துபோய் வந்தது.

வாத்தியரெச் சொல்லியும் குத்தமில்லடி... எல்லாம் நம்ம தலை யெழுத்து... உனக்கு முப்பது வயசாகியும் கலியாண பாக்கியமில்லாம உஞ்சாதகத்தெ இந்த ஆண்டவன் எழுதியிருக்கானே என்ன செய்யறது. எல்லாம் இந்த பாழாப்போன சனியனால வந்த வென...

அன்று இரவு நடுச்சாமத்திற்குப் பின்னே மணியக்காரர் வீடு திரும்பினார். பகலில் நடந்ததைக் கேள்விப்பட்டதும் கோபப்பட வேயில்லை அவர். வீட்டைச் சுற்றி மொத்தமாக வெறித்த ஒரு பார்வை பார்த்தார். எல்லா நாட்களும் பெண்களை நினைத்து விசனப்பட்டுக் கரைய வேண்டியதாகவே இருந்தது. தாமரை நாச்சியின் அம்மாவுக்கு வயசுப் பெண்களும் மிகவும் சிதைந்து போயினர். எல்லாப் பொழுதும் விருப்பமின்றியே கழிந்தன.

அதன்பின் குமரேச வாத்தியார் சிட்டம் எடுக்க ஊருக்கு வரவேயில்லை. அடுத்து நாலைந்து மாதங்களுக்குப் பின் வேறு ஓர் ஆள் வந்து சிட்டம் எடுத்துப் போனான். அவன் பெண்களிடம் பேசவே யில்லை. சிரிக்கக்கூட இல்லை. அவனைப் பார்க்க பெண்களுக்கு என்னவோ போலிருந்தது. சிட்டங்களை விற்ற இரவு தாமரை நாச்சியின் அம்மா இந்தப் பக்கம் வந்து சுசியின் அம்மாவிடம் பேசினாள்.

எங்க தாமரை நாச்சி உயிரோட இருக்கற வரைக்கும் இதுக மூணுக்கும் கலியாணம் இந்த ஜென்மத்துல நடக்கப் போறதில்ல... ஊர்ல மத்த புள்ளீகளாட்டம் இதுகளும் எவனாச்சியும் சிநேகிதம் பண்ணியாவது கட்டிக்குமுன்னு பாக்கற... அதுவும் நடக்கற மாதிரி தெரியல. எத்தனை நாளைக்குத்தான் வயசுப் புள்ளீகளை ஊட்டுல வச்சுக்கிட்டு மறுகிக் கெடக்கறது நீங்களே சொல்லுங்க சுசிம்மா..

சுசியின் அம்மாவால் எதுவும் பேச முடியவில்லை.

சுசி கல்யாணம் முடிந்து ஊருக்குப் போனபின் ஒருநாள் விடியற்காலையில் வந்து ஆள் சொன்னான். அவசரமாகக் கிளம்பி வந்தாள் சுசி. தாமரை நாச்சியின் அம்மா மட்டுந்தான் அழுது கொண்டிருந்தாள். மணியக்காரர், தாமரை நாச்சியை எடுப்பதற்கான ஆகும் காரியத்தை கவனித்துக் கொண்டிருந்தார். துரிதமாக பத்மாக்காவும் சரஸ்வதியக்காவும் இழவுக்களையே இல்லாமல்தான் சுசியிடம் வந்து பேசினார்கள். கடனுக்கு ஒப்பாரி வைத்துவிட்டுச் சிரித்துப் பேசிக் கொண்டிருந்தார்கள் பெண்களும்.

அந்த வருஷம் முடிந்ததும் மூன்று பெண்களுக்கும் அடுத்தடுத்து கல்யாணம் நடந்தது. வீடு சிரிப்பும், கலகலப்புமாக பூரித்துக் கிடந்தது. மூன்று கோம்பை வீட்டிற்கு நல்லகாலம் என பேசிக் கொண்டனர் ஊருக்குள்.

சுசி பிரசவத்திற்கு வந்து தங்கியிருந்த நாட்களில் சுவரின் அந்தப் பக்கம் காலடி ஓசைகளற்று வெறுமனே கிடந்தது. சதா நேரமும் தாமரை நாச்சியின் அம்மா அழும் சப்தம் மெதுவாக கேட்டபடியிருந்தது. சுசியின் அம்மா சுசியிடம் சொன்னாள்.

“பாவம் அந்த அப்புராணி முண்டெ... மணியக்காரர் செஞ்ச ஒரு பாவத்தால நாளெல்லாம் அழுதுட்டு இருக்கா... தூக்கமே வர்றதில்ல அவளுக்கு. நீ நெனைக்கற மாதிரி தாமரை நாச்சி இயற்கையா சாவல... ஒருநாள் மணியக்காரர் சோத்துல வெஷத்தை வெச்சு கொன்னுட்டாரு யாருக்கும் தெரியாம... தாமரை நாச்சி சாவாம இருந்திருந்தா இது

மூனுக்கும் கலியாணம் நடக்காதே என்ன செய்யறது. அன்னீலிருந்து அவ இன்னிக்கு வரைக்கும் அழுதுகிட்டேயிருக்கா... திடீருன்னு ஒவ்வொரு நாள் ராத்திரி கத்துவா பெருசா... நாங்கூப்பிட்டுக் கேட்டா... யாரோ வந்து கழுத்தை நெரிக்கற மாதிரி இருக்குதும்பா... பாவம் அவ.. புருஷன் செஞ்ச வெனைக்கு அவ அனுபவிச்சுட்டு இருக்கா...''

சுசி ஆஸ்பத்திரியிலிருந்த நாட்களில் தாமரை நாச்சியின் அம்மாவின் அழுகைச் சப்தம் அதிகமாக இருப்பதாகப் பார்க்க வந்தவர்கள் சொன்னார்கள். சுசி குழந்தையை வீட்டிற்கு எடுத்து வந்த நாளிலிருந்து பனி இறங்கும் காலம் தொடங்கிவிட்டது. பகல் குறைந்தும் இரவு நீண்டும் போயிற்று. காற்றுத்திசை மாறிவிட்டதால் குளிர் நிறைந்திருந்தது. சுசி குழந்தையை அணைத்தபடியே படுத்திருந்த ஓர் இரவில் சுவரின் அந்தப் பக்கம் தாமரை நாச்சியின் அம்மா அழுது அரற்றுவது கேட்டபடியே இருந்தது. தூக்கம் வரவில்லை சுசிக்கு. பயமாகக்கூட இருந்தது.

சாமத்திற்கு மேல் திடீரென்று அழுகைச் சப்தம் நின்று போனது. விடிவதற்கு முன்பே மணியக்காரர் வந்து சுசியின் அம்மாவை எழுப்பி பேசிவிட்டுப் போனார். சுசி எல்லாமே கேட்டபடியே விழித்திருந்தாள்.

கணையாழி, அக்டோபர் 2000

(2000_க்கான சிறந்த சிறுகதையாக "கணையாழி''

வாசகர் வட்டம் பரிசு பெற்ற படைப்பு)

சீமை அம்பத்தாறு தேசமும்

பொழுது சாயத் தொடங்கியிருந்தது. மஞ்சள் வெயில் அடித்தது. வளவுக்குள் சனங்களின் பேச்சு சப்தம் மெல்ல கேட்கத் தொடங்கியது. ஆம்பிளைகள் கையில் தூக்குப் போசி ஆட நடந்து வருவார்கள். விறகுக் கட்டை சுமந்து வந்த பெண்கள் வீதியில் நின்று பேசினார்கள். பின் பிரிந்தார்கள். முன்னமே வேலைக்காட்டிலிருந்து திரும்பிய பெண்கள் குடத்தை எடுத்துக் கொண்டு சேந்து கிணற்றை நோக்கிப் போயினர். சேந்து கிணற்றில் தண்ணீர் சேந்த பெரிய அடிதடியாகக் கிடந்தது. இரண்டு தொளைகளிலும் பெண்கள் வரிசை நீண்டு கொண்டிருந்தது. மண்குடம் தூர்விட்ட பெண் சண்டைக்கு நின்றாள். எல்லாருக்கும் தண்ணீர் சேந்தும் நேரம் இதுவாகவே இருந்தது. பெண்களின் சப்தத்தோடு தொளையின் மரவண்டிச் சப்தம் தோய்ந்து வந்தது. மேலே கொக்குக் கூட்டம் வளவைத் தாண்டிப்போவதை தண்ணீர் சேந்தியபடி பெண்கள் பார்த்தார்கள். படைபடையாக கிழக்கே போய்க் கொண்டேயிருந்தன கொக்குகள். வாகையில் இளம்பிஞ்சும் கொக்கின் இளங்குஞ்சும் யாரும் கண்டதேயில்லை எனப் பேசினர்.

வீட்டின் முன்பு வெள்ளச்சிக் கிழவி கூடையை வைத்து உட்கார்ந்திருந்தாள். கால் நீட்டி, கோழிகள் இன்னும் வட்டச்சொம்பு விளக்குற இடத்தில் பொறுக்கிக் கொண்டிருந்தன. கிணற்றடியிலிருந்து வந்த பாட்டம்மா கிழவியிடம் நின்று பேசினாள். பாட்டம்மா வீட்டுக்காரன் வீதிக்கு வந்து சப்தம் போட்டான். பாட்டம்மா நடந்து போனபோது, கையிடுக்கில் இடுக்கியிருந்த குடத்திலிருந்து தண்ணி தளும்பிக் கொண்டே போயிற்று. சாம்பசிவ வண்ணான் கழுதைகளைத் தேடிக்கொண்டு பின் வளவில் திரிந்தான். அவன் எதிர்ப்பட்ட ஆளிடமெல்லாம் விசாரித்தபடியே போனான். அழுக்கு மோலி அவன் தலையில் கரகம்போல் ஒட்டியிருந்தது.

தொலைவில் வெள்ளாட்டின் கழுத்து சப்தம் கேட்டது. வெள்ளச்சிக் கிழவி கைகளை ஊன்றி எழுந்தாள். மேற்கே சல்லடைக் கண்ணாடி வைத்துப் பார்த்தாள். பொழுது கண்ணைக் கூசியது. குப்பக்கா விறகுச் சுமையோடு கடந்தாள். சைக்கிளை உருட்டிக் கொண்டு அவள் புருஷன் பின்னே போனான். கேரியரில் மிஷ்டைக் கொடியிருந்தது.

ஓசையப்ப கிழவன் வெள்ளாட்டை ஓட்டிக் கொண்டு வந்தான். ஒரு செம்மி ஆடும், ரெண்டு கருத்த ஆடும் வந்தன. கால்களைப் பரப்பி நடந்து வந்தான். ஆட்டைக் கண்டதும் குட்டிகள் கொடாப் புக்குள்ளிருந்து குரல் கொடுத்தன. வெள்ளச்சிக் கிழவி விரைசலாகப் பின்புறம் போனாள். குட்டிகள் தாவிக் கொண்டு போய் ஆட்டை எதிர்கொண்டன. மடியில் குட்டிகள் முகைவதை கருப்ப மாதாரி நின்று பார்த்துப் போனான். அவன் பார்த்தாலே கண்திருஷ்டி ஏற்படும் எனச் சொல்வார்கள். ஓசையப்ப கிழவன் சல்லக்கத்தியை சுவரில் சாத்தினான். வெள்ளச்சிக் கிழவியிடம் வந்து பேசினான்.

கெணத்து நெறைய தண்ணி கெடந்தாலும், சத்தம் போடாம தண்ணி சேந்தமாட்டாளுங்க நம்ம சக்கிலிச்சிக மாத்திரம் என்னைக்கும்...

ம்கூம்... கவுண்டிச்சிமாருகன்னா மாத்திரம் மணக்கறாங்களாக்கும்..

ஓசையப்ப கிழவன் ஒதுக்குப்படலோரம் கயித்துக் கட்டிலைத் தூக்கிப் போட்டான். பச்சைத் துப்பட்டியை உதறி விரித்துப் போட்டான். மல்லாக்கப் படுத்துக் கொண்டான். ஆகாசத்துக்கும் பூமிக்கும் இடையேயான பரப்பு மூழ்கியிருந்தது. இருளில் குஞ்சுக்கோரி மீனையும் கட்டக்கால் மீனையும் தேடி அலைந்தது கிழவனின் பார்வை. மீன்கள் குதித்துக் கொண்டேயிருந்தன.

பட்டத் தலைச்சி ஆத்தா கோவில் முன்பு ஆட்டுக்காலிலிருந்து திரும்பிய பொடியன்கள் விளையாண்டு கொண்டிருந்தார்கள். காற்றோடு புழுதி பறந்து போயிற்று. வீதியில் யாருடனோ பேசிக்கொண்டு வந்தான் சுந்தரன். அவனோடு வாலைக் குழைத்தபடி வந்தது நாய். பழனி திண்ணையில் உட்கார்ந்தான். துண்டைத் தலைக்கு ஆதரவாகக் கொடுத்து சுவரில் சாய்ந்து கொண்டே யோசித்தான். எண்ணமெல்லாம் சுந்தரனை மையமிட்டே சுழன்றது.

ஊளை ஒழுகுவது நிற்பதற்கு முன்பே சுந்தரனை முத்துசாமிக் கவுண்டர் பண்ணையத்தில் கொண்டுபோய் வைத்தான் பழனி. இப்போது போல இருக்கிறது மூணு வருஷமாகிவிட்டது. அவனுக்குக் கூலியாக வருஷத்துக்கு அஞ்சு மூட்டை தவசமும் மத்தியானச்

சாப்பாடும், ஆடி பதினெட்டு, பட்டிப்பொங்கல் ரெண்டு நோம்பிக்கும் புதுத்துணி எடுத்துக் கொடுத்தார் முத்துச்சாமி கவுண்டர். ராமாயி வாசலுக்கு வந்து வெள்ளச்சிக் கிழவியைக் கூப்பிட்டுக் கேட்டாள்.

"கன்னீம்மா வேலைக்குப் போயிட்டு வந்துட்டாளா?"

"பட்டியால நேரமே வந்துட்டா"

"மால நேரத்துல இந்தக் கெழுதெ எங்க தொலஞ்சுது"

ராமாயி வீதியை எட்டிப்பார்த்தாள். குப்பக்கா வீட்டுமுன் கன்னீம்மா தண்ணிக் குடத்தோடு நின்று பேசிக் கொண்டிருப்பது தெரிந்தது. மண்டைய மாதாரி வீதியில் சப்தமிட்டுக் கொண்டு வந்தான். பழனி எழுந்து வாசலுக்குப் போனான். மண்டைய மாதாரியோடு பேசிவிட்டுத் திரும்பினான். வாசல்படியிலிருந்த தீபத்தை எடுத்துக் கொண்டு ராமாயி உள்ளே போனாள். காற்றில் நிழல் அசைவது சுவரில் தெரிந்தது. கன்னீம்மா தண்ணிக்குடத்தை இறக்கி வைத்தபடி சொன்னாள்.

"மண்டைய மாமா பண்ணையங்கட்டுற கொங்கபாடு எருமை செத்துப்போச்சாம்."

"எனத்தனாலயாமா...?"

"வெசந்தொட்டிருச்சுன்னு பேசிக்கிறாங்க.."

வீதியில் நடக்கும் ஆம்பிளைகளின் டயர் செருப்பு சப்தம் எழுப்பிப் போயிற்று. பட்டைத் தலைச்சி ஆத்தா கோவில் முன்பு ஒரே பேச்சரவமாகக் கிடந்தது. மண்டைய மாதாரி வடக்கயிறும் மூங்கில் வளையும் தேடி வீடுவீடாக அலைந்தான். நாய்கள் குரைத்தபடி இருளில் எதிர்ப்பட்டன.

குப்பக்கா புருஷன் வாசலுக்கு வந்ததும் பழனி எழுந்து உருமாலையை இறுக்கிக் கட்டிக் கொண்டான். குப்பக்கா புருஷன் பழனிக்கு ஒரு பீடியை உருவிக் கொடுத்தான். பற்ற வைத்துக் கொண்டான். கணேஷ் பீடியின் வாசனை புகையோடு வெளிப்பட்டது. பழனிக்கு எப்பொழுதும் பச்சைக்கட்டுப் பீடிதான் பிடித்தது. அதன் ருசியே தனியானது.

கவுண்டர் வளவின் வழியாகப் போகும்போது துண்டை அவிழ்த்துக் கொண்டனர் மாதாரிகள். கவுண்டர்கள் தென்படும்போதெல்லாம் கும்பிட்டனர். நின்று பதில் சொல்லி நடந்தனர். கவுண்டச்சிகள் நடையில் எட்டிப் பார்த்தனர். சாணார் வளவைக் கடந்தபோது,

பெண்கள் தெழுவு காய்ச்சிக் கொண்டிருப்பதைக் கண்டனர். கொப்பரையின் இருபுறமும் தீயின் ஜுவாலை எரிந்து அமிழ்ந்தது.

வாவிக்கரைத் தோட்டம் செல்லும் இட்டேரி, ஊரிலிருந்து தனியாகப் பிரிந்து சென்றது. இட்டேரி நெடுக மணல் மேவியிருந்தது. நடக்கும்போது செருப்புப் பதிந்து கொண்டது. கால்களுக்கிடையே புழுதி கிளம்பியது. இருபுறமும் கிளுவை வேலிகள் கவிழ்ந்து கிடந்தன. வெள்ளெலிகள் குறுக்கே ஓடின. ஆளுக்கு முந்திப்போன நாய்கள் முகர்ந்துப் பார்த்துப் போயின. பின்னே வந்து கொண்டிருந்தவர்கள் வெள்ளெலியைக் கல்லால் அடித்தனர். கல் குறி தப்பிப் போய் வேறெங்கோ விழும் சப்தம் கேட்டது. காற்று மரங்களினூடே புகுந்து முறைச்சல் எழுப்பிப் போனது.

வாவிக்கரைத் தோட்டம் ஒரு மைலுக்கு வீச்சாக இருந்தது. கிணற்று மேட்டில் லைட் எரிந்தது. வண்டி சாய்ப்பின் முன்பு கட்டில் போட்டு பொன்னியப்பக் கவுண்டர் உட்கார்ந்திருந்தார். கூட இருந்தவர்கள் இருட்டில் பேசிக் கொண்டிருந்தனர். மண்டைய மாதாரி முதலில் போய் கும்பிட்டான். மற்றவர்கள் கட்டுத்தரையைத் தேடிப் போனார்கள். முளக்குச்சிப் பக்கம் சிவபாலக் கவுண்டர் நின்று கொண்டிருந்தார். நாய்கள் ஒன்றோடு ஒன்று துரத்திக் கொண்டு சண்டையிட்டன. சிவபாலக் கவுண்டரும் சிலரும் சேர்ந்து கொண்டு நாய்களை சப்தமிட்டு விரட்டினர். கல்லெடுத்து அடித்தனர்.

கட்டுத்தரையில் எருமை விறைத்துப் போய்க் கிடந்தது. மத்தியானமே செத்துப் போயிருக்க வேண்டும். காதறுந்த இடத்தில் ரத்தம் உறைந்து போயிருந்தது. எறும்பு ஊர்ந்து கொண்டிருந்தது. கயிற்றை முன்னமே அவிழ்த்துவிட்டிருந்தனர். எருமையின் நான்கு கால்களையும் சேர்த்துக் கட்ட முயன்றனர். மூங்கில் வளையை கட்டிய கால்களுக்கிடையே கோ(ர்)த்தனர். இரு அணியாகப் பிரிந்து ஆளுக்கு ஒரு பக்கம் பிடித்துத் தூக்கினார்கள். தூக்கும்போது சப்தம் போட்டார்கள். எருமை அசைய மறுத்தது. மூங்கில் வளை ஒடிந்து விடும்போல் தோன்றியது. ஒத்தாசைக்கு வேறு ஒரு கோலைச் சொருகினர். சிறு கோல்களை விட்டு அல்லையில் நெம்பினர்.

நெடுநேரத்திற்குப் பின் எருமையைத் தூக்க முடிந்தது. பாடையைத் தூக்கிப் போவதுபோல அசைந்து அசைந்து நடந்தனர். சுமை அழுந்த அழுந்த ஆளாளுக்குத் திட்டிக் கொண்டனர். தெலுங்கில் சப்தமிட்டுக் கொண்டு, திட்டுக்கள் பெரும்பாலும் பின்புறத்தையும் குறிகளின் நுனியின் செயல்பாடுகளைப் பற்றியதாகவுமே இருந்தன.

அரையிருட்டில் நாய்கள் ஆளுகளுக்கிடையே புகுந்து முந்தி ஓடின.

முன்னெயெல்லாம் பண்டபாடி செத்தா தூக்கிப் போறதுக்கு கவுண்டமாருக மொட்டவண்டி குடுப்பாங்க... இப்ப என்னடானா தலையில தூக்கி வச்சு போன்னு சொல்றாங்க... இன்னுங் கொஞ்சங்காலத்துல ஊரெவுட்டே போன்னு முடிச்சிருவாங்க போலிருக்கு...

பின்னே... சக்கிலியனுக்கு வண்டி குடுத்தா வெளங்கறதில்லையா முல்ல...

கேட்டுக் கொண்டு வந்தவன் பதில் சொன்னான். வளவுக்குள் எருமை வந்து சேர்ந்தபோது நடுச்சாமத்திற்கு மேலாகிவிட்டது. தேய்பிறை காலத்து நிலா மெல்லக் கிளம்பியது. மங்கலான வெளிச்சத்தில் சனங்கள் நிழலோடு தெரிந்தனர்.

பழனி கோடாரியை எடுத்து வந்தான். எருமையின் மண்டையைக் குறிவைத்து ஓங்கிப் போட்டான். கொம்பு தெறித்துப் போய் விழுந்தது. கபாலம் பிளந்து கொண்டது. கால் கட்டை அவிழ்த்துவிட்டபின் குப்பக்கா புருஷனும் கருப்ப மாதாரியும் எதிரெதிர் உட்கார்ந்தனர். கால்களை ரம்பத்தால் அறுத்தனர். ஆளுக்கு ஒரு வேலையைச் செய்தனர். கறி அரிய பெண்களும் வந்து சேர்ந்தனர். பொடியன்கள் நாய்களை விரட்டினர். அரிந்த கறிகளைப் போட எருமையை ஒட்டி சாக்கு விரிக்கப்பட்டிருந்தது.

முதல் கோழி கூப்பிட்டது. மண்டைய மாதாரி தோலைச் சாக்கில் சுருட்டி எடுத்துக் கொண்டான். கடைசியாக கறியை கூறு பிரித்தான். பண்ணையம் கட்டுகிறவன் என்கிற முறைமையில் அதிகமான கூறுகளை எடுத்துக் கொண்டான். பெண்கள் முன்னே எழுந்து போய் அடுப்புப் பற்ற வைத்தனர். கறி வெந்து கொண்டிருக்கும்போது பளபளவென்று விடிந்துவிட்டது. வேலைக்காட்டுக்குச் செல்லும் அவசரம் தொற்றியது பெண்களுக்கு. அன்றிரவு தோலை விற்றுத் திரும்பிய மண்டைய மாதாரி வீதியில் நின்று சண்டைக்கு அழைத்துக் கொண்டிருந்தான். போதை ஏறியிருந்தது. கெட்ட வார்த்தையில் திட்ட ஆரம்பித்தான்.

ஒசையப்ப கிழவன் தோப்பரையை எறப்பிலிருந்து உருவினான்.

கையிடுக்கில் இடுக்கிக் கொண்டு நடந்தான். கவுண்டர் வளவில் வார் அறுந்த செருப்புகள் நிறைந்து கிடந்தன. விறைத்த செருப்புகளை தண்ணியில் நனைத்துப் பிடிக்கத் தொடங்கினான். கவலை ஓட்டிய

காலங்களில் சால்பரி தைக்கும் வேலையிருந்தது. வருஷ காலாவதியில் அதற்குத் தனியாகக் கூலி தருவார்கள். மின்சாரம் வந்ததில் எல்லாம் போயிற்று. சோத்து நேரமானதும் போசியில் சோறு வாங்கிக் கொண்டான். அரிசிச் சோறு பருப்புக் குழம்பு, என்னத்தையோ கண்டதுபோல் இருந்தது கிழவனுக்கு.

ராமாயி பாதிக்கறிக்கு மேல் உப்புக்கண்டம் போட்டு வைத்தாள். வெள்ளைச்சிக் கிழவி தோல் வாரோடு சேர்த்து உப்புக் கண்டத்தை வாசலில் காயவைத்தாள். வெயிலின் உக்கிரத்தில் உப்புக்கண்டம் சுருங்கியது. நாய்களுக்கும் காக்காய்களுக்கும் காவலிருந்தாள். ஓசையப்ப கிழவனுக்கு உப்புக் கண்டத்தைக் கண்டதும் நாக்கில் எச்சில் ஊறியது. உப்புக் கண்டம் காயப்போட்டிருந்த எல்லா வாசல்கள் முன்பும் நாய்கள் குத்தவைத்திருந்தன. நாக்குத் தொங்கியபடி விரட்ட விரட்ட திரும்ப வந்து கொண்டேயிருந்தன.

அந்த வாரமெல்லாம் ராமாயி உப்புக்கண்டத்தைப் போட்டுக் கறிக் குழம்பு வைத்தாள். கூப்பனரிசிச் சோறுக்கும் குழம்புக்கும் அலாதியான ருசி இருப்பதாகப்பட்டது சுந்தரனுக்கு. ஆட்டுக்காட்டுக்கு வயிற்றை நெளித்துக் கொண்டு போனான். மதியத்தில் ஆட்டுக்காட்டில் தூக்கம் சுகமாக வந்தது. ஆடுகள் கொறங்காட்டிலிருந்து வெளியே முட்டின. நேராக தோட்டத்துக்குச் சென்றன. வெள்ளாமைக் காட்டில் மேய ஆரம்பித்தன.

வெகுநேரம் கழித்துத்தான் முத்துச்சாமிக் கவுண்டர் இளஞ்சோளக் காட்டில் மேயும் ஆடுகளைப் பார்த்தார். புடைக்கு வராத கோடைச் சோளப்பயிர பகீரென்றது அவருக்கு. விரைசலாக விழுந்து ஓடினார். ஆடுகளை வெளியே முடுக்கிவரச் சிரமப்பட வேண்டியிருந்தது. சொக்குப் பிடித்த ஆடுகள் வயிற்றை நெளித்து புழுதியில் விழுந்தன. கால்களைப் பரப்பிக் கொண்டு புரண்டன. வயிறு உப்பி விட்டது முக்கால்வாசி ஆடுகளுக்கு. சுந்தரனை சப்தமிட்டுத் திட்டினார்.

"அட சண்டாளா... பட்டியாட்டயெ தொலெச்சுப் போட்டெயாட படுபாவி..."

அவர் சொக்குப் பாடம் போடும் பாடகன் யாரென்று ஒருகணம் யோசித்தார். மேற்கே விழுந்து ஓடினார். வாவிக்கரைத் தோட்ட இட்டேரியில் வெள்ளாடு மேய்த்துக் கொண்டிருந்த ஓசையப்ப கிழவனிடம் போனார். விசயத்தைக் கேட்டவுடன் வெள்ளாட்டை அங்கேயே விட்டுவிட்டு அவரோடு நடந்தான் கிழவன்.

புழுதிக்காட்டில் ஆடுகள் மதம் பிடித்து நின்று கொண்டிருந்தன. அசைபோட முடியாமல் தவிப்பது தெரிந்தது. இட்டரை பிடித்த ஆடுகள் கத்தின. வேறு சிலரும் வந்தனர். மாட்டுத்தாழியில் கால், முகம் கழுவினான் கிழவன். மேலே சூரியனைக் கும்பிட்டான். துண்டை விசிறி பாடம் அடித்தான். வாய் முணகியது. மண்ணை மந்திரித்து ஆடுகளின் மேல் வீசினான். எதுவும் பேசாமல் மேற்கே கிளம்பினான். திரும்பிப் பார்க்காமலேயே நடந்தான்.

வேறு சிலர் பேசிக் கொண்டிருந்தனர். ஓசையப்ப கிழவனின் சொக்கு பாடல் திறமையைப் பற்றி செம்மறியாடுகளைப் பற்றி பொதுவாக.

செம்பிலயாட்டப் புடிச்ச சாபக் கெரகமே... கோடச்சோள பயித்தெ மோந்து பாத்தா போதும்... சொக்குப் புடிச்சுருக்கு...

ஆடுகள் எழுந்து நடக்க ஆரம்பித்தன. முத்துசாமிக் கவுண்டருக்கு கோபம் இன்னும் ஆறாமலேயேயிருந்தது. கொறங்காட்டைப் பார்த்துப் போனார். கையில் சாட்டையை எடுத்துக் கொண்டு, கடவுப்படலை ஒட்டிய வேலமர நிழலில் சுந்தரன் படுத்துக் கிடந்தான். அவன் கண்ணைத் தேய்த்துக் கொண்டு பிதிர்கெட்ட மாதிரி பார்த்தான். அவர் சாட்டையை ஓங்கியதும் எழுந்து ஓடினான். துரத்திப் பிடித்தார். சாட்டை அவன் உடம்பெங்கும் வரிந்தது. சுந்தரன் பெருங்குரலெடுத்து அழத் தொடங்கினான்.

முத்துசாமிக் கவுண்டர் சொல்லிச்சொல்லி அடித்தார்.

“நாளையிலிருந்து உனக்கு மத்தியான சோத்தெ குறுவப் புடிக்கறம் பாரு... அப்பத்தான் நீ சொன்னபடி கேப்பே...''

அன்று இரவு வீட்டில் பையன் அழுது கொண்டிருப்பதைப் பார்த்ததும் பழனிக்குப் பதறியது. முதுகெல்லாம் தடிப்புகள் புடைத்திருந்தன. ஒரு வேகத்தில் பையனை இழுத்துக் கொண்டு முத்துசாமிக் கவுண்டர் வீட்டுக்குப் போய்க் கேட்டான். முத்துச்சாமிக் கவுண்டர் பழனியையும் பையனையும் மாறி மாறிப் பார்த்துவிட்டு பேசினார்.

“சக்கிலிய நாய்க்கு... தட்டிக் கேக்கற அளவுக்கு வாழ்வு வந்திருச்சோ..?''

மறுதினத்திலிருந்து சுந்தரனுக்கு மதியச்சோறு அம்புலியே ஊற்றினார்கள். பட்டிப்பொங்கலுக்குக் கூட புதுத் துணியில்லை.

அடுத்த வருஷம் சுந்தரனை வேறு பண்ணையத்தில் சேர்ந்தான் பழனி. அதன்பின் பழனி கும்பிட்டாலும் முத்துசாமிக் கவுண்டர் எதிர்ப்படும் போதெல்லாம் வன்மமாகப் பார்த்தார். காறித்துப்பிவிட்டுப் போவார்.

அந்த வருஷம் பங்குனி உத்திரத்துக்கு காவடி கிளம்ப ஆயத்தமானது. மாதாரி வளவில் ராத்திரியெல்லாம் பலகை அடித்து ஒத்திகை பார்த்துக் கொண்டிருந்தனர். கொடுமுடியில் தீர்த்தம் முத்திரித்து பழனி மலையில் கொண்டுபோய் விட வேண்டும். நீண்ட நடைகொண்ட பயணம். போய்வர ஒரு வாரத்திற்கு மேலாகும். வரிப்பணத்திற்குச் சிலர் 'கைம்மாத்து'த் தேடிக் கொண்டிருந்தனர். காவடி புறப்படும் ராத்திரி முத்துசாமிக் கவுண்டர் 'பக்க பூசாரி'யிடம் சொன்னார்.

"மாதாரி வளவுல அறுவது ஊடு இருக்கு. பலகை அடிக்க எல்லாரையும் கூட்டிட்டுப் போய் சரி பண்ண முடியுமா... வளவளன்னு எதுக்கு நெறைய... நல்லா அடிக்கிறவுனுக பத்துப் பேரு போதும்..."

கூட இருந்தவர்கள் ஆமோதித்தனர். முத்துசாமிக் கவுண்டர் தேர்வு செய்த பத்துப்பேரில் பழனி இல்லை. வீட்டிற்குத் திரும்பும்போது பழனிக்கு எதையோ இழந்ததுபோல இருந்தது. சுந்தரன் பலகையை திண்ணையில் வைத்துத் துடைத்துக் கொண்டிருந்தான். ராமாயி உள்ளே வழித்துவிட்டுக் கொண்டிருந்தாள். சாணி வாசம் வெளியே வந்தது. பழனி சுந்தரனிடமிருந்து பலகையைப் பிடுங்கி முன்புபோல எறப்பில் சொருகினான். ராமாயி சாணிக்கையைக் கழுவினாள். முந்தானையில் துடைத்தபடி வெளியே வந்து பழனியிடம் பேசினாள்.

"இதுக்குத்தான் கவுண்டரப் பகைச்சுக்க வேண்டாமுன்னு தலையால அடிச்சு தண்ணி குடிச்சே... கேட்டாயா நீ... இன்னம் என்ன அபாண்டமெல்லாம் நம்மேல கொண்டுவாராங்களோ..."

இரவு வெகு நேரமாகியும் பழனிக்குத் தூக்கம் கொள்ளவில்லை. சாமத்திற்கு மேல் பலகை அடித்தபடி காவடி புறப்பட்டுப் போனது. திண்ணையில் படுத்துக் கொண்டு பார்த்தபடியே இருந்தான். கண்ணில் நீர் கட்டியது. எழுந்து பலகையை வெளியே எடுத்தான். பைத்தியம் பிடித்தவன்போல் விசை கொண்டு அடித்தான்.

தனியான பலகைச் சப்தம் கேட்டு மற்றவர்களும் எழுந்து வந்தனர்.

ராமாயி கோழி கூப்பிடவே எழுந்து அடுப்புப் பற்றவைத்தாள். சோத்தை போசியில் போட்டு வைத்துவிட்டு நடையைச் சாத்தினாள். சுடுகாட்டுப் பாதையில் நடந்தபோது குப்பக்காவும் சேர்ந்து

கொண்டாள். கிழக்கு வெளுத்துக் கொண்டிருந்தது. செம்பூத்து குரல் எழுப்பியவண்ணம் இருந்தது.

சுடுகாட்டுப் பாதையின் முடிவில் 'பறைவளவு' வந்தது. எல்லா ஊர்களிலும் பறைவளவை ஊருக்கு ஒட்டாமல் வைத்திருப்பதன் காரணம் ராமாயிக்கு விளங்கவில்லை. பறைவளவுக்குப் பின் சுடுகாட்டு வேலிப்புதர் விரிந்து கிடந்தது. வேலிப்புதரின் மேற்புறம் சேமலையப்பக் கவுண்டர் கொறங்காட்டுக் கல்வெட்டு நீண்டிருந்தது. மற்ற காலை நேரங்களைப் போலவே பறைவளவுப் பையன்கள் கல்கட்டில் உட்கார்ந்திருந்தனர், கால்களைத் தொங்கப்போட்டு. வெளிக்கு இருக்க வந்த இளம் மாதாரி பெண்கள் முதுகைச் சுழித்துக் கொண்டு போயினர். திட்டினர் சிலர். பையன்கள் பேசிச் சிரித்தபடியிருந்தனர். ராமாயிக்கு கோபம் பொத்துக் கொண்டு வந்தது. நேராக கல்கட்டை நோக்கிப் போனாள். சப்தமிட்டாள்.

"சக்கிலிச்சீக... பொச்ச பாக்கறதுல அப்புடி என்னடா நீங்க காணாததெ காங்கறீங்க... கெழக்கால கவுண்டச்சிமாருக பேலறதே போயி பாக்கறதுதானே... உரிச்சு உப்புக்கண்டம் போட்டு ஊரெவுட்டு முடுக்கிருவாங்கன்னு தெரியுமில்ல... சக்கிலிச்சீகன்னா மாத்தரம் உங்களுக்கெல்லாம் இளுச்சவாச்சிகளா தெரியுதா... நாளெயும் பொறவு உங்களெ இங்கே பாத்தே... நீட்டியிருக்கிறதெ அறுத்து நாய்க்கு போட்டிருவனாமா... சொல்லிட்டே... த்துபூ...''

ராமாயி காறித் துப்பினாள். பையன்கள் கல்கட்டின் அந்தப்புறம் குதித்து ஓடினர். வெளிச்சம் மெல்லப் பரவியது. வீடு வரும்வரை ராமாயியும் குப்பக்காவும் பேசிக்கொண்டே வந்தனர்.

"அல்லே ராமாயீ... அவுனுகளெச் சொல்லியும் குத்தமில்லடி. நம்ம கொமரிமுண்டைகளும் அவனுகிட்ட பல்லிளிக்கறாளுகளே என்ன செய்யறது சொல்லு...''

"அதெ உடக்கா... இந்த ஆண்டவெ நமக்கு பேலறதுக்குக்கூட ஒரு நல்ல எடமில்லாம இப்படி ஒரு ஈனசாதியா படைச்சு முச்சந்தியில் நிக்க வச்சுட்டான்னு நெனைக்கறப்ப கண்ணீரு மாலமாலையா வருதக்கா... ஒரு நேரத்துல ஏன்டா பொறந்தோமுன்னு இருக்கு. எங்காச்சும் ஓடிப்போயி நாண்டுக்கிட்டு செத்துப் போயிரலாமுன்னு இருக்கு...''

ராமாயி வேலைக்காட்டிலிருந்து நேரமே வீட்டுக்கு வந்தாள். கைகாலெல்லாம் ஒரே குத்தும் குடைச்சலுமாக இருந்தது. வெந்தண்ணி காயவைத்து எடுத்துப்போய் பொடக்காலியில் வைத்தாள். வீதியில் ஜீப்

வந்து நின்றது. பேண்ட் போட்ட சிலர் இறங்கி வளவுக்குள போயினர். கிழக்கே வந்த குப்பக்கா புருஷன் சொன்னான்.

“ஆபீஸ்மாருங்க வந்திருக்கறாங்க புள்ளீகோ... இன்னயோட நமக்கெல்லாம் நல்லகாலம் வந்திருச்சு... மகராசன் எம்.ஜி.ஆர். நமக்கெல்லாம் ஊடு கட்டித் தாராறாமா...''

புது வீடு, கோட்டர்ஸ் வீடு போல வரிசை வரிசையாக இருந்தது. வேலைப்பாடுகள் கொண்ட கான்கிரீட் ஜன்னல் நாலு மூலையிலும் வைத்துக் கட்டியிருந்தனர்.

குடிபோன அன்றைக்கு பழனிக்கு தூக்கமே வரவில்லை. ஓசையப்ப கிழவன் வாசலில் வாதநாரண்கோல் ஒன்று நட்டு தண்ணி ஊற்றிக் கொண்டிருந்தான். துளிர்விட்டிருந்தது.

பழைய மாதாரி வளவு சிதைந்துவிட்டது. புகை படிந்த பனை ஓலையில் கரையான் ஏறியிருந்தது. தற்போது அதனுள் சாணார்கள் சாராயம் விற்றுக் கொண்டிருந்தனர். சாராயம் குடித்தவர்கள் சைக்கிளை உலட்டியபடி ஓட்டி வருவதைப் பார்க்கும்போது சிரிப்பாக வந்தது. பெண்களோடு இரவெல்லாம் சண்டை நடந்து கொண்டேயிருந்தது. தாங்கிக் கொள்ள முடியாத கெட்ட வார்த்தைகள், புணர்ச்சியின் வெவ்வேறு செயல்நிலைகளைக் குறித்த வார்த்தைகள், வெளியே வந்து விழுந்து கொண்டேயிருந்தன எந்நேரமும்.

சாணார் வளவிற்கு அடிக்கடி போலீஸ் வந்து போனது. ஒருமுறை பாட்டம்மா வீட்டுக்காரனையும் எதற்கோ இழுத்துப் போனார்கள். அந்த மாதமெல்லாம் கன்னீம்மாவுக்கு உடம்பு சுகமில்லாமலேயே இருந்தது. அடிக்கடி படுத்துக் கொண்டாள். வாந்தி நிற்காமல் எடுத்தது. தாராபுரம் பெரியாஸ்பத்தரிக்குக் கூட்டிப் போனாள் ராமாயி. அன்று இரவு பழனி வந்ததும் உடைந்து போய் அழுதாள்.

“இப்பிடீ ஒரு அபகீர்த்தியை பண்ணுவான்னு ஆரு கண்டா... நம்ம சாதியாயிருந்தா மேக் கொண்டு பேசலாம்... இப்ப என்ன செய்யறது.''

மீண்டும் அழுதாள். வெள்ளைச்சிக் கிழவி தட்டுத்தடுமாறி உள்ளே வந்தாள். பழனியின் மார்பில் அறைந்தபடி சொன்னாள்.

“எல்லாம் இந்த பாழாப்போன நாயால வந்தவென... வயசுப்புள்ளயெ தூரக்காட்டுக்கு ஒத்தைல வேலைக்கு அனுப்பாதீன்னா... கேட்டாத்தானே ஆரும்.''

பழனி, சிவபாலக் கவுண்டர் வீட்டுக்குப் போனபோது பொன்னியப்பக் கவுண்டர் வெளித்திண்ணையில் உட்கார்ந்து பேசிக் கொண்டிருந்தார். கூட இருந்தவர்கள் சிரித்தபடி இருந்தனர். யாரோ கேட்டனர்.

"என்னடா இந்நேரத்தில...?''

"சாமீ... தப்பு நடந்து போச்சுங்க... ஒரு ஞாபகம் வேணுமுங்க...''

"என்னடா தப்பு?''

பொன்னியப்பக் கவுண்டர் கேட்டதும் பழனி முழுவதும் சொன்னான். ஆசாரத்து நடையோரம் நின்று கேட்டுக் கொண்டிருந்த பெரிய கவுண்டச்சி வெளியே வந்து சப்தம் போட்டாள்.

"உம்புள்ள பேண்ட பக்கம்... மறக்கறவ. எவங்கிட்ட ஏமாந்தாளோ... நீ இங்கே வந்திருக்கே...''

"இல்லீங்காத்தா. சின்னக் கவுண்டரையே கூப்பிடுங்க ஒரு பேச்சு கேட்டுட்டுப் பேசலாம்...''

பொன்னியப்பக் கவுண்டருக்கு கோபம் வந்தது.

"சின்னக் கவுண்டனெ என்னடா கேக்கறது... அவனுக்கு பொண்ணு பாத்துகிட்டு இருக்கற இந்த நேரத்துல ஊர்ல ஆர்ரா உன்னயெ இப்படிச் சொல்லச் சொல்லி தூண்டியுட்டது. நீ எமுட்டு பணம் வாங்குனே..''

"அபகீர்த்தியெல்லாம் சொமத்தாதீங்க எஜமான். புள்ளே பட்டலத் தலச்சி ஆத்தா மேல சத்தியமா... சின்னக்கவுண்டர் பேரத்தாஞ் சொல்லுது...''

திண்ணையிலிருந்து அதிகாரத் தொனியில் குரல் வந்தது.

"புள்ள சத்தியம் பண்ணினா நீ நம்பிருவியா... இதுக்கு முன்னால உம்புள்ள எவெங்கூட போனான்னு நாஞ் சொல்லட்டுமா...?''

"தப்பு நடந்ததுங்கறத்துக்காக புள்ளமேல அபாண்டமா பழி சொமத்தாதீங்க...''

"அப்படி சொமத்துனா என்னடா பண்ணுவே...''

"ஊரைக்கூட்டி ஞாயம் கேப்பனுங்க''

"ஓகோ... அந்தளவுக்கு வந்திருச்சோ...''

கூட இருந்தவர்கள் திண்ணையிலிருந்து இறங்கினர். பழனிக்கு பொடனியில் அடி விழுந்தது. எட்டி உதைத்தனர். மேலும் சில

அடிகள் விழுந்தன. யார் யாரோ அடித்தார்கள். வீதி வெளிச்சத்தில் வந்து பார்த்தான். சிராய்ப்புகளில் ரத்தம் வடிந்தது. குத்த வைத்து உட்கார்ந்தான். துண்டில் முகத்தை மூடிக்கொண்டு அழுதான். தொலைவில் நாய் ஊளையிட்டது. ஊர் அடங்கியிருந்தது.

விடிந்ததும் பொன்னியப்பக் கவுண்டர் ஆள் அனுப்பினார். பழனி போனதும் பணம் கொடுத்தார். பழனி பணத்தை வாங்காமல் திரும்பி வந்தான். செவ்வாய்கிழமை ஓசையப்ப கிழவனின் வெள்ளாடுகளை சந்தைக்கு ஓட்டிப்போய் விற்றான். ராமாயி கன்னீம்மாவை பெரியாஸ்பத்திரிக்குக் கூட்டிப்போனான். நான்கு நாட்கள் கழித்து திரும்பி வந்தாள். ஊருக்குள் மெல்ல விசயம் பரவியது. கன்னீம்மா பேச்சு அடங்க அந்த வருடமெல்லாம் ஆயிற்று.

முன்பனிக்காலம். சாயந்தரமே குளிர் அடித்தது. பழனி மம்புட்டிக்கு புடிபோட மாணிக்க ஆசாரியிடம் போனான். விநாயகர் கோவிலை ஒட்டிய தென்புற ஆலமரத்தடியில் ஆசாரி பட்டறை இருந்தது. நான்கு ஆள் கட்டிப்பிடிக்க முடியாத பெரிய ஆலமரம் அது. மரத்தடியெங்கும் சிராய்களும் இளைத்த மரச் சுருள்களும் இறைந்து கிடந்தன. ஆசாரியின் சம்சாரம் துருத்தியை ஊதிக் கொண்டிருந்தாள். சதாகாலமும் துருத்தி ஊதுவது ஒன்றுதான் அவள் வேலை என பார்ப்பவர்களுக்குத் தோன்றும். எப்பொழுதும் ஆசாரியின் அகன்ற வயிறு புடைத்தேயிருக்கும். வெள்ளை முண்டாசுப் பனியன் அழுக்கேறியிருக்கும். ஆள் குள்ளமாக எழுந்து நிற்கும்போது கரும்பூதம் போலத் தெரிவார். பழனியிடம் புடியை வாங்கிச் செதுக்கத் தொடங்கினார். மார்கழி மாசத்து 'கூலிக்காரன் பொழுது' விரைசலாக விழுந்து கொண்டிருந்தது. பழனி புடிபோட்ட மம்புட்டியை எடுத்துக் கொண்டு கிளம்பினான். ஆசாரி பேசினார்.

"விசயந் தெரியுமாடா பழனி... சிவபாலக் கவுண்டனுக்கு கலியாணம் நிச்சயமாயிருக்கு... நூறு பவுனும் ஒரு காரும் சீதனமா தர்றாங்களாம் பொண்ணூட்டுல...''

ஆசாரியின் சம்சாரம் எழுந்து சேலையை உதறிக் கட்டியபடியே சொன்னாள்:

"இங்கீனா என்ன கொறச்சல்...நம்ம சுத்துவட்டாரத்திலேயே மெசால்ட்டியான குடும்பம் அவுங்களோடதுதான்...''

சிவபாலக் கவுண்டர் கல்யாணம் முடிந்த ராத்திரி ஊரில் மாதாரிக் குடும்பங்களுக்கு கல்யாணச் சாப்பாடு ஆக்கிப் போட்டனர். பழைய

முறைமையை பொன்னியப்பக் கவுண்டர் விடாமல் செய்தார். வளவிலிருந்து கூட்டம் போசியைத் தூக்கியபடி போய்க் கொண்டிருந்தது. ராமாயி சுவரில் சாய்ந்து உட்கார்ந்தபடி யோசித்தாள். அடுப்படியில் கன்னீம்மா வறக்காப்பி வைத்துக் கொண்டிருந்தாள். புகை பரவியது வீடு முழுவதும். கண்ணை எரித்தது. கன்னீம்மா ஊதுகுழலை ஊதிக் கொண்டேயிருந்தாள். தீபம் அணையப் போவதைப் பழனி பார்த்தபடி வெளியே திண்ணையில் உட்கார்ந்திருந்தான். சீமெண்ணெய் தீர்ந்து போயிருக்க வேண்டும் எனப்பட்டது பழனிக்கு.

வீடெங்கும் ஆட்கொண்டிருந்த அசாத்தியமான நிசப்தத்தைக் கிழித்துக் கொண்டு அடுப்பிலிருந்த சட்டி காயத் தொடங்கிய சப்தம் வந்தது.

ஆஸ்பத்திரியிலிருந்து வந்தபின் கன்னீம்மா சிரித்தே ராமாயி பார்க்கவில்லை. இந்த வாரந்தான் கன்னீம்மா தனியாக அழுவது நின்றிருந்தது. கன்னீம்மா இளைத்துக் கொண்டு வருவது ராமாயிக்கும் தெரிந்தது. வெள்ளைச்சிக் கிழவி அடிக்கடி புலம்பத் தொடங்கினாள்.

ஆனக்கூடாரமாட்ட இருந்த புள்ளே... இப்பிடி பூனக்கூடாரமாட்ட போயிட்டாளே...

சில நாட்களாக வெள்ளைச்சிக் கிழவியின் புலம்பல் விடியும்வரை கூடத் தொடர்ந்தது. பழனி தூக்கத்தில் எழுந்து பீடி பற்றவைத்துக் கொண்டேயிருந்தான். தீக்குச்சி வெளிச்சம் தெறித்துப் போவதை ராமாயியும் பார்த்தபடிதான் இருந்தாள். இந்த சம்பவத்திற்குப் பின் ஓசையப்ப கிழவன் யாரோடும் பேசுவதேயில்லை. சாப்பாடு கேட்பதற்குக்கூட வட்டிலைத் தட்டினான். சுந்தரன் மட்டுந்தான் எந்தக் கவலையுமில்லாமலே திரிந்தான். தற்போது அவன் பெரிய மனிதன் தோரணையில் வேட்டி கட்டிக் கொண்டிருந்தான்.

வீட்டில் ஒருவர் முகம் பார்த்து ஒருவர் பேசுவதேயில்லை. இப்படியே எத்தனை பொழுதுதான் போகுமோ என பயமாக இருந்தது ராமாயிக்கு. திரும்பவும் வீதியைப் பார்த்தாள். சனங்கள் போசியோடு போய்க் கொண்டுதானிருந்தனர். பாட்டம்மா வீட்டின் முன் பெருத்த சண்டையாகக் கிடந்தது. வீட்டுக்காரனும் அவளும் தெலுங்கில் திட்டிக் கொண்டனர். பழனி எழுந்து உள்ளே வந்தான். போசி எடுத்து ராமாயி கையில் கொடுத்துச் சொன்னான்.

தொட்டது தொன்னூறுக்கும் கவுண்டமாருகிட்டதானே போறோம். இப்ப மானரோசம் பாத்தா மாத்திரம் ஆகப்போகுத்தாக்கும்.

என்னைக்கும் கொழுத்தவனுக்குக் கொள்ளு எளச்சவனுக்கு எள்ளுன்னு செலவாந்திரம் சொல்லறது செரியாத்தா இருக்கு... நாமதா புரிஞ்சக்கோணும்...

ராமாயி எதுவும் பேசாமலேயே இருந்தாள். அழுகை வந்தது அவளுக்கு. சிறிது நேரத்திறகுப் பின் போசியை எடுத்துக் கொண்டு கிளம்பினாள். பழனி திண்ணையில் உட்கார்ந்து ராமாயி போவதைப் பார்த்துக் கொண்டே இருந்தான். காற்றின் சுழற்சியை உணர முடிந்தது. கன்னீம்மா இருந்ததிருந்தாற்போல் அழத் துவங்கினாள். கூட வெள்ளைச்சிக் கிழவி குரலெடுத்தாள். வீதியில் போன சனங்கள் நின்று கேட்டுவிட்டு நடந்தார்கள். யாருமே குடிக்காமல் 'வறக்காபி' ஆறிக் கொண்டிருந்தது.

மாதாரச்சிகள் சோறு வாங்கிக் கொண்டு திரும்பி வரும்போது சிவபாலக் கவுண்டர் கல்யாணம் பற்றி பேசிக் கொண்டு வந்தார்கள். பொண்ணூட்டுச் சனங்களின் பவிசைப் பற்றி ஒருத்தி சொன்னாள். மண்டபத்தில் காருக்கு ரோஜாபூவாய் ஜோடித்திருந்ததை கூடவந்த மண்டைய மாதாரி பெருமை அடித்தான். அவனுக்கு சிவபாலக் கவுண்டர் பண்ணையம் கட்டுவதில் தலைக்கனம் ஏறிவிட்டது. வளவுக்குள் மற்ற மாதாரிகளை மதிப்பதேயில்லை அவன். பெரிய எஜமானர் போல நடந்து கொண்டான். சைக்கிளில் தோரணையாகப் போய் வந்தான். முத்துசாமிக் கவுண்டர் அவன் பொண்டாட்டிக்கு அடிக்கடி சேலை எடுத்து கொடுத்தபோதுதான் அவனுக்கு மெல்லச் சந்தேகம் வந்தது. ஒருநாள் திடீரென்று அவன் குடும்பத்தோடு ஊரை விட்டே போய்விட்டான். அதன்பின் அவன் போன ஊரையும் காரணத்தையும் குறித்து சனங்கள் பேச ஆரம்பித்தனர்.

கன்னீம்மாவைக் கட்டிக்கொள்ள யாருமே முன்வரவில்லை. நீண்ட நாட்களுக்குப்பின் தெற்கு பக்கமிருந்து மாப்பிள்ளை வந்து கேட்டனர். பழனி பரிசம் போட நாள் குறித்தான். வெகுநாட்கள் கழித்து ராமாயி சிரிப்பதை பழனி பார்த்தான்.

இரவெல்லாம் மழை பெய்தது. பொழுது கிளம்பியும் வானம் மோடம் போட்டிருந்தது. வெயில் சுள்ளென்று வந்ததும் ஆட்கள் பன்றியைத் துரத்த ஆரம்பித்தனர். பன்றி உறுமியபடி ஊரெல்லாம் சுற்றியது வேலிப்புதரினூடே அலைந்தது. கவுண்டர் வளவுக்குள் ஓடியது. சனங்கள் வேடிக்கை பார்த்தனர். சந்துகளிலிருந்து ஆட்கள் வெளிப்பட்டனர். நாய்களும் துரத்தின. சிலர் கல்லை விட்டெறிந்தனர். ஆட்களுக்கு சலிப்புக் கண்டது. வழியில் போனவர்களும் துரத்தினர்.

பன்றியைப் பிடித்து வாயைத் தைக்கும்போது இளமதியம் ஆகிவிட்டது. சாயந்தரம் ராமாயியும் மற்ற பெண்களும் பன்றிக்கறியை வேகவைத்துக் கொண்டிருந்தபோது மாப்பிள்ளை ஊர்க்காரர்கள் வந்தனர். பழனி எழுந்துபோய் தெலுங்கில் வரவேற்றான்.

ரெண்டன்ன... ரெண்டன்ன...

மாப்பிள்ளை ஊர்க்காரனோடு பழனி வாசலில் உட்கார்ந்து பேச ஆரம்பித்தான். சுந்தரன் தூக்குப் போசியை வாங்கிக் கொண்டு கிளம்பினான். சாணார் வளவு வேலிப்புதரினூடே இருந்தது. மொத்தம் பத்து வீடுகளுக்குள் தானிருந்தன. எல்லாம் பனை ஓலை வேய்ந்த கூரை கொண்டது. வீட்டின் முன்பு பன்றிகள் ஊறத் தாழியில் தவிடு உறிஞ்சிக் கொண்டிருந்தன. அவினி கிழித்துக் கொண்டிருந்த சடைய முப்பன் இவனை நிமிர்ந்து பார்த்தான். காய்ந்த நொங்குத் தொட்டிகள் சிதறிக் கிடந்தன எல்லா வாசல்களிலும். சாராயம் வாங்கிக் கொண்டு திரும்பி வரும்போது சடையமூப்பன், மாப்பிள்ளைக்காரன் பற்றி விசாரித்தான். போசி தளும்பியது. வேலிப்புதரின் நடுவில் சுண்ணாம்புச் சூளையிருந்தது. அதன்மேல் உட்கார்ந்திருந்த பூனை இவனையே பார்த்துக் கொண்டிருந்தது. இவன் போசியை கீழே வைத்து மூடியை நீக்கினான். போசியை லேசாகச் சாய்த்து சாராயத்தை மூடியில் ஊற்றினான். குடித்தான். மறுபடியும் போசியை மூடி பழையபடி எடுத்துக் கொண்டு நடந்தான்.

எல்லோரும் இவனுக்காகவே காத்திருந்ததுபோல இவனைக் கண்டதும் சிரித்தனர். இவன் போசியை அவர்களுக்கு நடுவே வைத்தான். ராமாயி கிளாசு கொண்டு வந்து கொடுத்தாள். பெண்கள் சிலரும்கூட மறைவாகப் போய் குடித்துவிட்டு வந்தனர். இவன் பார்த்துக் கொண்டேயிருந்தான். இவனுக்கும் போதை ஏறிக்கொண்டிருந்தது. சாராயம் காலியானதும் திரும்பவும் போய் வாங்கி வந்தான். ஊர்ப்பெருமை பேசினார்கள். ஆளாளுக்கு இலை போடப்பட்டது. கறி திங்கத்திங்க எந்தக் காரணமும் இல்லாமல் சண்டை மூண்டது. இலை மேலேயே அடித்துக் கொண்டனர்.

மாப்பிள்ளைக்காரனின் அய்யாவுக்கு ரொம்பவும் போதை ஏறிவிட்டது. கூட்டத்தைக் கெட்ட வார்த்தையில் திட்டினார். பழனி தனியே கூட்டிப்போய் சமாதானப்படுத்தினான். அந்த ஊர்க்காரர் எல்லாம் தாங்கினர். அவர் பரிசப்பணத்தை டவுசர் பாக்கெட்டிலிருந்து எடுத்து வீதியில் வீசினார். கீழே விழுந்தார். உளறிக் கொண்டேயிருந்தார், திரும்பத் திரும்ப.

“எவனும் என்னயெ ஒரு மயிரும் புடுங்க முடியாது...’’

மாப்பிள்ளைக்காரன் மண்டியிட்டபடி பணத்தைத் துலாவினான். பூனாங்கால் விழுந்து கிடந்தது மாப்பிள்ளைக்காரனுக்கு. அவனுக்கும் போதை ஏறியிருந்தது. பெண்கள் உள்ளே போய் தீபம் எடுத்து வந்தனர். கன்னீம்மா இதையெல்லாம் உள்ளேயிருந்து பார்த்தபடியே இருந்தாள். நேரம் போயிற்று.

ஒறம்பரை சனங்கள் ஆளுக்கு ஒரு பக்கம் விழுந்து கிடந்தனர். சுந்தரன் எழுந்து வெளியே வந்தான். எங்கும் இருள். ஆளின் முகம் ஆளுக்குத் தெரியாமலிருந்தது. வீதியில் யாரோ எதிர்ப்பட்டுப் போனார்கள். பாட்டம்மா வீட்டைக் கடக்கும்போது குசுகுசுவென்று சப்தம் கேட்டது. குப்பக்கா வீட்டுப் பின்புற நடையில் ஏறி சந்தரன் கதவைத் தட்டினான். உள்ளே தாழ் விலக்குவது கேட்டது.

விடிந்தபோது வீடு எப்பொழுதும் போலவே இருந்தது. முந்தின இரவு நடந்தது எதுவுமே ஞாபகம் இல்லாததுபோல் ஆளாளுக்கு நடந்து கொண்டனர். மழைவெயில் வந்தது. கன்னீம்மாவை கட்டிக் கொடுத்த அடுத்த வருஷம் சுந்தரன் குப்பக்காவோடு ஊரைவிட்டே ஓடிவிட்டான். ஊட்டியில் படுக முதலாளியின் எஸ்டேட்டில் கிழங்கு சுமப்பதாக ஒரு கடிதம் போட்டான் பழனிக்கு. குப்பக்காவுக்கு நீண்ட நாட்களுக்குப் பின் குழந்தை பிறந்திருப்பதாக யாரோ பார்த்து வந்தவர்கள் ராமாயியிடம் சொன்னார்கள். ஓசையப்ப கிழவன் கிடை சேர்ந்துவிட்டான். வெள்ளைச்சிக் கிழவிக்கு காது சுத்தமாகக் கேட்பதில்லை. கண் மட்டுமே தெரிந்தது. பொக்க வாயை மென்றபடி வாசற்படியையே காத்துக் கிடந்தாள். உழக்கில் வெற்றிலை இடிப்பதை மட்டும் நிறுத்தவில்லை அவள்.

வருஷத்திற்கு வருஷம் மழை குறைந்துகொண்டே வந்தது. புதன், சுக்கிரன் ஏக ராசியில் சஞ்சரிக்கும் காலம் சுபிஷ மழை வருஷிக்கும் எனவும் சுக்கில ஆண்டு ஆறு மரக்கால் மழைக்குமேல் பெய்யும் என்றும் பஞ்சாங்கம் படித்துக் கொண்டிருந்த கிருஷ்ணசாமி ஜோதிடர் ஊரைவிட்டுக் கிளம்பினார். அவர் மனைவி குழந்தையை இடுக்கியபடி பின்னே போனாள். மொட்டை வண்டியில் சாமான்கள் போயிற்று.

தோட்டங்கள் அழிந்து தன் முகப்புகளை இழந்தன. தென்னை மரங்கள் குருத்துச் சாய்ந்தன. பனைகள் தோகை தொங்கிப் போய் நின்றன.

ஊரை மெல்லப் பஞ்சம் சூழ்ந்தது. குடி தண்ணிக்குப் பெரிய பாடாக இருந்தது. சேந்து கிணற்றில் தண்ணி அடி ஆழத்தில் கிடந்தது. சாமத்தில் எழுந்து குடத்தை எடுத்துக் கொண்டு போனாள் ராமாயி. வளர்பிறை காலத்து நிலா விழுந்து வெகுநேரமாகி விட்டது. ஏற்கெனவே யாரோ சேந்திக் கொண்டிருந்தார்கள். வாளி சுவரில் அடிக்கும் சப்தம் கேட்டது. தண்ணியை துணியில் வேடுகட்டி வடித்தனர். திரும்பிவிட்டாள்.

வீதியில் வேறு ஒரு பெண் குடத்தோடு கிழக்கே போவது இருட்டில் தெரிந்தது. அவள் எங்கே போகிறாள் எனத் தெரியவில்லை. அவள் பின்னால் போய் பார்ப்போமா என எண்ணினாள் ராமாயி. பட்டத்தலைச்சி ஆத்தா கோவில் திண்ணையில் படுத்திருந்த ஒருவன் எழுந்து உட்கார்ந்தான். பீடிபற்ற வைத்தான். செருமியபடி ராமாயி போவதையே பார்த்தபடி இருந்தான். கீழே தரையில் நாய் ஒன்று மண்ணைப் பிறாண்டிக் கொண்டிருந்தது. அந்த அகால வேளையில் ஆடிக்காற்று விசை கொண்டு அடித்தது.

பருவம் தப்பிப் போயிற்று. புரட்டாசிக்குப் பின்னும் மழை பெய்யவில்லை. முந்தின வெகுதானிய வருணப் பஞ்சத்தைப் பற்றி வெள்ளைச்சிக் கிழவியிடம் சனங்கள் கேட்டனர். அந்தக் காலத்தில் சனங்கள் பசி பொறுக்க முடியாமல் நிலையாவரையைத் தேடிக் காடுகளில் அலைந்தனர். அதன் வேரை ஆட்டி ரொட்டி சுட்டுத் தின்றனர். பசி பிடித்த குழந்தைகள் இரவெல்லாம் அழுதன. நாய்கள் நல்ல நிழல் தேடித் திரிந்தன. வேம்புகூட பொசுங்கிவிட்டது. பனைக்கு அந்த வருஷம்தான் முதல் அழிவு வந்தது. பனைக்குருத்துக்குச் சனங்கள் அடித்துக் கொண்டனர். பிரமாதி வருஷம் முடிந்த பின்தான் கொக்குகள் திரும்பின.

பகலெல்லாம் வெயில் ஊரையே ஆட்கொள்கிறது. இரவிலும் அதன் சூடு வெளியேறாமல் தங்கிவிடுகிறது. உப்புசம் தாங்க முடியவில்லை. ஐப்பசியில் நட்சத்திரங்களை எல்லா இரவுகளிலும் பார்க்க முடிந்தது. முத்துசாமிக் கவுண்டர் முன்னிலையில் மழைச்சோறு எடுத்தனர். கொடும்பாவி கட்டி இழுத்தனர். மழை பெய்வதாகவேயில்லை. கனத்து இறங்கிய முகில்கள்கூட தூறலோடு போயின.

சேமலையப்பக் கவுண்டர் கொறங்காட்டு கல்கட்டோரம் எவரோ கொண்டுவந்து மூக்கரைப் புள்ளையாரைப் போட்டுப் போயிருந்தனர். ஊருக்குள் தகவல் வந்ததும் முத்துசாமிக் கவுண்டர் ஆட்களோடு மொட்டை வண்டியைப் பூட்டினார். மூக்கரைப் புள்ளையாரை ஏற்றிப்

போன மொட்டை வண்டியை ஊரே வழியனுப்பியது. ஊதியூர் மலைக்கரட்டில் கொண்டுபோய் மூக்கரைப் புள்ளையாரை குடை தூக்கி விட்டுவிட்டு ஆட்கள் வண்டியைத் திருப்பி ஓட்டிவந்தனர். சாமத்தில் அதன் பின்னும் மழை வரவேயில்லை.

உப்பாற்றுக் கரைவெளி தரிசாயிற்று. சனங்கள் அறுப்புக்குப் போவது நின்றுபோனது. பழைய மாதாரி வளவு இருந்த இடத்தில் முத்துசாமிக் கவுண்டர் தேங்காய்க் களம் போட்டார். கவுண்டச்சிமார்களே தேங்காய் எடுக்க வந்துவிட்டனர். பின் மதியங்களில் சனங்களற்ற சாணார் வளவின் கூரையை சூறைக்காற்று பிய்த்து எடுத்துப்போனது. பறையர்கள் கிருஸ்துவத்திற்கு மாறிவிட்டனர். வெள்ளை அங்கி போட்ட பாதிரிகள் இரவெல்லாம் பிரசங்கம் செய்து கொண்டிருந்தனர். பஞ்சத்திற்கு கோதுமை கிடைத்தது பறையர்களுக்கு.

ஓசையப்ப கிழவன் இன்றோ, நாளையோ என இழுத்துக் கொண்டு கிடந்தான். சதாகாலமும் பள்ளிக்கூடத்து சத்துணவுச் சோற்றை கிழவனுக்கு ஊற்றிக் கொண்டிருந்த வெள்ளைச்சிக் கிழவி இன்றைக்கு ஏனோ பிறமுத்தி பிடித்தவள் போல உட்கார்ந்திருந்தாள். இவர்களுக்கு நீண்ட ஆயுளைக் கொடுத்த ஆண்டவன் மேல் கோபப்பட்டான் பழனி. பகல் முழுவதும் வீட்டிலேயே கிடந்தான். ஒரு நிலையில் பசி நிரந்தரமாக அடங்கிப் போய்விட்டது. காசு கிடைத்தபோதெல்லாம் குடித்தான். ராமாயியை தினந்தோறும் போட்டு அடித்தான். ராமாயிக்கும் அடிபழகிவிட்டது போல் பழனி நடையில் நுழையும்போதே எதிர்கொண்டு ஏசத் தொடங்கினாள்.

ஊர் அடங்கிவிட்டது. நடைமேல் இருந்த தீபங்கள் எல்லாம் வீட்டுக்குள் போய்விட்டன. ராமாயி நடையைத் திறந்தே வைத்துப் படுத்திருந்தாள். மஞ்சள் கலந்த வெளிச்சத்தில் அவள் நிழல் சுவரில் விஸ்வரூபம் எடுத்திருந்தது. பழனி கவுண்டர் வளவில் எரியும் வீதி லைட்டையே பார்த்தபடி இருந்தான். நீண்ட காலத்துக்குப் பின் சாமக்கோடாங்கி சப்தமிட்டுக் கொண்டு வந்தான். குடுகுடுப்பைச் சப்தங் கொண்டு நாய்கள் அவன் பின்னே குரைத்தபடி வந்தன. வீட்டுப்பக்கம் வந்ததும் கோடாங்கி நின்று ஏதோ பேசினான். பழனி துப்பட்டியில் மூடி படுத்துக் கொண்டான். விடிவதற்கு முன்பே வெள்ளைச்சிக் கிழவி வந்து எழுப்பினாள். பாட்டம்மா வீட்டுக்காரனோடு சேர்ந்து கிழவனை நடுவீட்டுக்கு தூக்கிக் கொண்டு வந்து போட்டான் பழனி. விளைந்த உடம்பு ஊதிக்கிடந்தது. கொசு அரித்துக் கொண்டிருந்தது. பொழுது கிளம்பியது.

பழனி, கவுண்டர் வளவில் இறங்கி நடந்தான். சனநடமாட்டம் குறைந்த வீதியில் காற்று எதிரொலித்துப் போயிற்று. ஊர்ப்புழுதி சுழன்று மேலே போனது. வடக்கு வளவில் சனங்கள் அற்றுப்போய் விட்டனர். எல்லாரும் சொல்லி வைத்ததுபோல ஒருசேர காலி செய்து விட்டிருந்தனர். இன்னும் வீடுகள் முன்பிருந்த சாயலிலிருந்து மாறாமலே யிருந்தன. வீட்டுக்கு வெளியில் பெரிய கல்செக்கும் உயரமான உரலும் அப்படியே கிடந்தன. அதன் குழிகளில் காற்று கொழி மணலை நிறைத்துக் கொண்டிருந்தது. வாசலின் இட மூலையிலிருந்த வேலா மரங்களுக்கு பொந்து விழுந்து விட்டது. வீட்டின் முன்பு வேலா மரங்கள் இருப்பது குடும்பத்துக்கு ரொம்பவும் நல்லது என கிழவர்கள் கூறுவதை நினைக்கையில் பழனிக்குச் சிரிப்பு வந்தது.

கிழக்குப் பார்த்த வீடுகளில் திண்ணைக்கு சூடேறியிருந்தது. முன்பு திண்ணைக்கு காரை போட்ட கொத்தன் மையத்தில் கரண்டியால் வரைந்த பஞ்சாங்கர கட்டம் சிதையாமலேயே இருந்தது. ஆளற்ற திண்ணைகளெங்கும் பட்சிகளின் எச்சம் கிடந்தன.

வடக்கு வளவு முடியுமிடத்தில் பொன்னியப்ப கவுண்டர் வீடு இருந்தது. வீடு இன்னும் பொலிவோடே இருப்பதாகப்பட்டது. பொன்னியப்ப கவுண்டர் வெளியே வந்ததும் காலில் விழுந்தா பழனி. நீண்டு அழத் தொடங்கினான். பொன்னியப்பக் கவுண்டர் பணம் கொடுத்தார். பெரிய கவுண்டிச்சி நடைக்கு வெளியே எட்டிப்பார்த்துச் சொன்னாள்.

என்னைக்கும் எருமெமேல ஏறினா சவ்வாரி... எஜமாங்க மேலே ஏறினா ஒப்பாரி... இனிமேலாவது புரிஞ்சு நடந்துக்குங்கடா...

பழனி திரும்பி வரும்போது வடக்கு வளவில் சிட்டுக்குருவிகள் பெருகியிருப்பதைக் கண்டான். தட்டோடு முகட்டில் குமுக்கு குமுக்காக சிட்டுக்குருவிகள் பறப்பதும் உட்காருவதுமாக இருந்தன. கீறலான சப்தம் எழுப்பின. இளம் மதியத்திலேயே காரட்டுப் பூனைகள் தட்டழிந்து கொண்டிருந்தன வீதியெங்கும். காகங்கள் இடம் மாறிப் போயிருந்தன. கூரைமேல் சோறு வைத்ததும் எடுக்க எந்தக் காகமும் வரவில்லை. வெகுநேரம் போனபின் கொட்டு முழக்கு அடித்தவர்கள் முதலில் போய் பந்தியில் உட்கார்ந்தனர். அவர்களைத் தொடர்ந்து சனங்களும் போய் உட்காரத் தொடங்கினர்.

கன்னீம்மா, கிழவனின் கருமாதிக்குக்கூட வரவில்லை. கிழவன் சாகும்வரை கன்னீம்மா வந்தாளா... கன்னீம்மா வந்தாளா... எனக் கேட்டுக் கொண்டிருந்தது ஞாபகம் வந்தது பழனிக்கு. கன்னீம்மா மேல்

அளவு கடந்த பிரியமிருந்தது கிழவனுக்கு. சுந்தரனும் குப்பக்காவும் வந்ததும் திரும்பிவிட்டனர். குப்பக்கா இளமை வந்துவிட்டதுபோல் நடந்து கொள்கிறாள் என இழவு வீட்டில் பெண்கள் பேசிச் சிரித்தனர்.

வெள்ளைச்சிக் கிழவி செத்த வருஷம் கவுண்டமார்கள் சிலர் தோட்டத்தில் போர் ஓட்டினார்கள். நானூறு அடி, ஐந்நூறு அடி என தண்ணி சுமாராகத்தான் பொத்தது. அதன்பின் தோட்டம் எங்கும் 'கம்ப்ரசர்' ஓடும் சப்தம் கேட்டுக் கொண்டேயிருந்தது. இரவும் பகலும் காட்டுவெளியெங்கும் உக்கிரம் தணியாமல் தகித்தது. கோடைகாலம் எல்லாப் பக்கமிருந்தும் தன் குரூரத்தை வெளிக்காட்டியது. மாதாரிகள் சிலர் டவுனுக்கு வேலைக்குப் போயினர். ஹாலோ பிளாக் கம்பெனியில் கல்லறுக்கும் வேலை கிடைத்தது. பழனியினால் முடியவில்லை.

தற்போது மாதாரிப் பெண்களுக்கு கவுண்டர் வளவு அடி பைப் ஒன்றுதான் தண்ணிக்கு வாகாக இருந்தது. ராமாயி அடி பைப்பில் வெகுநேரம் நின்று கொண்டிருந்தாள். பொழுது கிளம்பி மேலேறிக் கொண்டிருந்தது. வேறு சில பெண்களும் வந்து கொண்டிருந்தனர். முத்துசாமிக் கவுண்டர் வீட்டு ஆத்தா சாவகாசமாக இறங்கி வந்தார். சப்தமிட்டார்.

"இந்த முண்டைகளுக்கு தண்ணி புடிச்சு ஊத்தி ஊத்தியே நாங்கீழ் வரம் போயிருவேனாட்டமிருக்கு...''

ராமாயி கண்ணீர் கோ(ர்)த்ததை அடக்கிக் கொண்டு ஆத்தாளைப் பார்த்து சிரிக்க முயன்றாள். அன்று இரவு வீதியில் வந்து தினமும் அடித்துக் கொள்ளும் பாட்டம்மாவும் வீட்டுக்காரனும் ஊரைவிட்டே போனார்கள். வீட்டைக் கடக்கும்போது ராமாயியை திரும்பித் திரும்பிப் பார்த்துக் கொண்டே போனார்கள். பட்டத்தலைச்சி ஆத்தா கோவில் முன்பு பழனி வந்து கொண்டிருந்தான். ராமாயி சண்டைக்குத் தயாராகி வெளியே வந்து நின்றாள்.

பாட்டம்மா நாய் வீடு முட்டத் தொடங்கியது. மசை பிடித்த பின் அதை அடித்து ஆட்கள் வீதியில் இழுத்துப் போனபோது கன்னீம்மா புருஷனைப் பிரிந்து எதிரில் வந்து கொண்டிருந்தாள்.

அர்த்தசாமத்தில் வந்து ஆட்கள் பழனியை எழுப்பினார்கள். பழனி ஆட்களிடம் பேசிவிட்டு வீட்டுக்குள் போனான். பழைய வெள்ளைத் துணியையும் வெள்ளிப் பூண்போட்ட கோலையும் எடுத்துக் கொண்டு வெளியே வந்தான். ஆட்கள் எதிர்த்த வீட்டில் தட்டிக் கொண்டிருந்தனர். பின்னால் வேறு சில மாதாரிகளும் பேசியபடி நடந்து வந்தார்கள். உலைக்கால் மீன் உச்சியிலிருந்தது.

பொன்னியப்ப கவுண்டர் வீட்டுக்குப் போனபோது ஒப்பாரிச் சப்தம் தொடங்கியிருந்தது. ஊரைக் கடந்த பின்னும் அந்தச் சப்தம் கூடவருவது போலவே இருந்தது பழனிக்கு. ஆற்றின் மீதேறி மறுகரை போனான். அந்தப் பக்கத்து ஊர்களின் வீதியெங்கும் அந்த அகாலவேளையில் சப்தமிட்டுத் திரிந்தான்.

“எழவு சேதீங்க... சாமியோவ்...''

சப்தம் கேட்டு நடையை நீக்கியவர்கள் சேதி கேட்டதும் திடுக்கிட்டனர். வெளியேறி வரும்போது அந்த ஊர்களின் முதுகுப்புறத்தையெல்லாம் பார்த்தான். இருளில் ஊர் வேறு ரூபம் கொண்டு விடுகிறது. பூமிக்குள் இறங்கிவிட்டது போல வீடுகள் தோன்றுகின்றன. சனங்களைப் பற்றிய நினைப்பே எழுகிறது. எவ்வளவு தைரியசாலியாக இருந்தாலும் பயம் குறுகுறுக்கச் செய்கிறது.

குறுட்டாந்தை அலறுவது ஊர்வெளி முழுதும் ஒற்றிப் படர்கிறது. விட்டுவிட்டு அதன் சப்தம் உராய்வது போல இருக்கிறது. முதன்முறையாக இழவுச் சேதி சொல்லப் போனபோது இதே மாதிரியான இரவுதான். ஆனால் மங்கலான நிலா வெளிச்சம் இருந்தது. எருக்களஞ் செடி காற்றுக்கு அசைவதை கவுண்டர் என நினைத்துக் கும்பிட்டான். வீட்டுக்கு வந்ததும் வெள்ளைச்சிக் கிழவியிடம் சொன்னான். சிரித்தாள் அவள். இன்றும் எருக்கு, ஆளின் உருபோலவே அசைந்தது.

வெயில் ஏறிக் கொண்டிருந்தது. சிவபாலக் கவுண்டரை நினைத்துக் கொண்டு நடந்தான். செங்காட்டூருக்குச் செல்லும்பாதை சுருங்கிக் கொண்டே வந்தது. இருபுறமும் வேலிப்புதர்கள் மூடியிருந்தன. யாரோ அப்பொழுதுதான் செம்மறியாடு ஓட்டிப் போயிருந்தார்கள். ஆட்டுக்காரனின் செருப்புத் தாரை கூடவே வந்தது. காட்டுக் கோழிகள் கெக்கலித்தபடி போயின. தொலைவில் கிணற்றுப் புறா அணத்தியது.

பழனி தவச மூட்டையை அடுத்த தோளுக்கு மாற்றிக் கொண்டு நடந்தான். புழுதி முழங்கால் வரை அடித்திருந்தது. ஊருக்குள் போனபோது நாய்கள் மறித்துக் கொண்டு குரைத்தன. கோடாங்கி களையும் இழவு சேதிக்காரனையும் கண்டால் நாய்கள் குரைக்காமலேயே இருந்ததில்லை. எந்த ஊரிலும் மதியத்தில் வீதிகள் வெறிச்சோடிக் கிடந்தன. குடியானவர்கள் தோட்டங்களுக்குப் போயிருந்தனர். முதலில் மேற்கு வளவுக்கு போனான். வாசலில் தைப்போக சோளம் காய்ந்து கொண்டிருந்தது. வீட்டின் உட்புறம் பார்த்து குரல் கொடுத்தான்.

“சாமீ... எழவு சேதீங்க...''

“எந்தூரப்பா...?''

“ஊர்லயுங்க... மாப்பிள்ளை எஜமாங்க... அதுதாங்க... வாவிக் கரைத் தோட்டத்து சின்ன எஜமாங்க போயிட்டாங்க சாமியோவ்...''

பெண்கள் ஒருவர் முகத்தை ஒருவர் பார்த்துக் கொண்டனர். பின் கேட்டனர்.

“எப்படி... திடீர்ன்னு...''

“மருந்தெ குடிச்சுட்டுதா பேசிக்கிறாங்க...''

முறத்தில் தவசம் கொண்டு வந்து போட்டனர். பழனி துணி முடிச்சை அவிழ்த்து தவசத்தை வாங்கிக் கொண்டான். பின் பம்மியபடி கேட்டான்.

“ஆத்தா புண்ணியத்துல... பழசு பட்டற ஏதாச்சும் குடுத்தீங்கன்னா...''

பெண்கள் வீட்டுக்குள் போய் பழைய துணிகளை எடுத்துக் கொண்டு வந்து கொடுத்தார்கள். சிலர் இல்லை என்று கூறிவிட்டார்கள். அவர்களின் பஞ்சப்பாட்டைப் பாட ஆரம்பித்துவிட்டார்கள். மழை பொய்த்துப் போனதும், காடு விளையாமல் போனதும் பேச்சில் அடிப்பட்டது. நாவிதர்கள் கல்யாணப் பத்திரிகை, மாவுப் பலகாரம் கொண்டு வரும்போது மட்டும் நன்றாகக் கவனிப்பார்கள். நாவிதர்களைக் கண்டு கவுண்டர்களுக்கு எப்பொழுதும் ஒரு பயம் இருந்தது. சக்கிலியன் என்றால் எதிலும் இளக்காரம்தான். வெயில் ஏறி அடித்தது.

பழனி திரும்பி வரும் வழியில் நல்லி மடத்துக்குச் சொல்லப் போனான். ஆதியில் கைக்கோளர்கள் நிறைந்த ஊர் அது. கைக்கோளர்கள் காலி செய்துவிட்டுப் போயிருந்த வீடுகள் குட்டிச்சுவராய்க் கிடந்தன. காரை பெயர்ந்த தரைகளில் முசுவேலா மரங்கள் முளைத்திருந்தன. இடிந்த மதிற்சுவரில் அழுக்குவண்ணான் குருவிகள் உட்கார்ந்திருந்தன. முன்பு ஊருக்குள் நுழையும்போதே தறி நெய்யும் சப்தம் எதிர்கொண்டு கேட்கும். எல்லாத் திக்கிலிருந்தும் வரும். கைக்கோளப் பெண்கள் திண்ணையில் தார் சுத்திக் கொண்டிருந்தார்கள் சதாகாலமும்.

தற்போது ஊரில் கவுண்டர் வளவுதான் பாக்கி இருந்தது. வண்ணான் நாவிதர்கள்கூட காலி செய்து போய்விட்டனர். சாமியார் ஐயன் வளவில் பொன்னியப்பக் கவுண்டருக்குச் சொந்தம் இருந்தது. சாமியார் ஐயன் வளவில் ஆறு வீடுகள் இருந்தன. எல்லாம் உட்புறம்

பெரிய தொட்டிகட்டு வீடுகள் கொண்டது. அந்த வீட்டு மருமகள்கள் எல்லாரும் பட்டக்காரர் வீட்டுப் பெண்கள். நீலியம்மன் கோவில் சாட்டன்று சவ்வாரி வண்டியில் வந்து இறங்குவார்கள். பாதம் வந்து பொங்கப்பானையை வாங்கிக் கொள்வான். அவன் துண்டு இடுப்பில் இருக்கும். மற்றவர்கள் சம்பிரதாயமாக கையெடுப்பார்கள். பிரகாரங்களில் நடக்கும்போது ஆண்கள் பின்னே போவார்கள் பேசியபடி.

பழனி வாசல்பக்கம் வந்தான். சேவேரிய வேம்பு இன்னும் வாது பிரிந்து போயிருந்தது மேலே. முன்பு மரம் பூவெடுத்த கோடைக் காலங்களில் சதாகாலமும் ஆண்கள் கட்டில் போட்டு நிழலில் உட்கார்ந்திருப்பார்கள். பேசிக் கொண்டிருக்கும் சப்தம் வீதிக்குக் கேட்கும். குயில் விட்டுவிட்டுக் கூவும் வாதுகளுக்குள். இரவு ஊர் ஞாயமெல்லாம் அங்குதான் நடக்கும். எல்லா வீட்டுத் திண்ணைகளிலும் தீர்ப்புக்குப் பணியும் சனங்களின் முகமாய்த் தெரியும். குப்பக்காவும் அவள் வீட்டுக்காரனும்கூட இந்த வளவுக்கு வந்துதான் உறவு முறித்துக் கொண்டு வந்தார்கள். தோட்டத்தில் சாமியார் ஐயனைப் புதைத்ததிலிருந்து இந்த வளவு விளங்காமல் போய்விட்டதாகப் பேசிக் கொண்டார்கள். வேம்பில் குயிலுக்குப் பதிலாகக் காக்கை கூடு கட்டியிருந்தது. ஊரைவிட்டு வெளியே வந்தபோது பார்த்தான் பழனி. தலைவாசலை ஒட்டி விரிந்த தரிசில் இன்னும் பாவடிகல் வரிசை வரிசையாக நின்று கொண்டிருந்தன. தேயாமலும் காலத்தால் விழாமலும் அப்படியே இருந்தன.

பொழுது இறங்கிக் கொண்டிருந்தது. பசி வாட்டி எடுத்தது பழனிக்கு. நடக்கத் திராணியற்றுப் போய் கால்கள் பின்னின. தாகமெடுத்தது. இன்னும் கோவில்பாளையம் பாக்கி இருந்தது.

இழவு வீட்டிற்கு வந்தபோது சிவபாலக் கவுண்டரை எடுப்பதற்கான ஏற்பாடு நடைபெற்றுக் கொண்டிருந்தது. பந்தலுக்கடியில் நாற்காலி மேல் சவத்தை உட்கார்த்தி வைத்துக் குளிப்பாட்டிக் கொண்டிருந்தனர். சீர் நடந்து கொண்டிருந்தது.

திடீரென வீதியிலிருந்து ஒப்பாரிச் சத்தம் வந்தது. வேலைக் காட்டிலிருந்து திரும்பிய மாதாரிச்சிகள் பொன்னியப்பக் கவுண்டரின் கால்களைக் கட்டிக் கொண்டு அழுதனர். பந்தலுக்கு முன்பு ஒப்பாரி வைத்தனர். சின்ன எஜமானின் அருமை பெருமைகளைப் பாட்டில் கொண்டு வந்து அழுதனர். பழனி வீதிக்கு வந்தான். யாரோ யாரோடவோ பேசிக் கொண்டிருந்தனர்.

“தாராபுரத்துல பைனான்ஸ் எல்லாம் முடிஞ்சுபோச்சு... இவனும் மஞ்சகாயிதம் வாங்கறளவுக்கு நொடிச்சுப் போயிட்டா... அப்புறம் வள்ளுவலுசலெ உட்டுட்டு இப்பிடிப் பண்ணுவான்னு ஆரு கண்டா... இனிக் குடும்பம் தெப்புத் தேற ரெண்டு தலெக்கட்டாகுமுல்ல...''

மறுதினம் ‘கைநீட்டிக்’ கொண்டிருந்த பொன்னியப்ப கவுண்டரைப் பார்க்கப் பாவமாக இருந்தது பழனிக்குக்கூட. மீசைக்கு சிரைத்த, மொட்டையடித்த அவர் தோற்றம் வேறுவிதம் கொண்டிருந்தது. இரவு வெகுநேரமாகித்தான் மாதாரிகளுக்கு இழவுச்சோறு போட்டனர். சோறுகூட நிஜமாகவே சாங்கீதத்துக்குப் போடுவதுபோலவே இருந்தது. பழனி சோத்துப் போசியோடு வீட்டுக்குத் திரும்பும்போது அடிவானம் மின்னுவதைப் பார்த்தான்.

ராமாயி வீட்டுக்குள் ஒப்பாரி வைத்துக் கொண்டிருந்தாள். குரல் ராகமிழந்து வெளியே வந்தது. அவள் யாருக்காக அழுகிறாள் என்றே தெரியவில்லை. எல்லா இரவுகளிலும் தவறாமல் ஒப்பாரி வைத்தாள். ஒப்பாரி ஒன்றே துணை என்பதுபோல் ஒப்பாரி வைத்தாள். பழனியைக் கண்டதும் ஒப்பாரியை நிறுத்திவிட்டு எழுந்து வெளியே வந்தாள். சோத்துப் போசியை வாங்கிக் கொண்டு உள்ளே போய் மறுபடியும் ஒப்பாரியைத் தொடங்கினாள். இந்தமுறை குரல் பாதாளத்துக் குள்ளிருந்து வருவதுபோல் இருந்தது. பழனி திண்ணையில் படுத்துக் கொண்டு யோசித்தபடி இருந்தான். மீன் ஒன்று எரிந்து விழுந்தது.

சாமத்தில் வந்து ராமாயி, பழனியை எழுப்பி உள்ளே கூட்டிப் போனாள். வட்டிலில் இழவுச் சோறு போட்டு வைத்திருந்தாள். பழனி எதுவும் பேசாமல் உட்கார்ந்து சாப்பிடத் தொடங்கினாள். ‘அவுக் அவுக்’ என அவன் மெல்லும் சப்தம் கேட்டது.

- கணையாழி, டிசம்பர், 1999

கணையாழியின் சம்பா நரேந்தர் குறுநாவல்
போட்டியில் பரிசு பெற்ற படைப்பு

மூக்குத்திக் காகம்

பளபளவென விடிந்ததும் தோட்டத்து வீடு ஏக பரபரப்பாயிற்று. அப்பாரய்யன் மேட்டு வாசலுக்கு வந்து நின்று சப்தம் போடத் தொடங்கியிருந்தார். அப்போதுதான் தழை உரித்துக் கட்டும் பெண்கள் புகையிலைச் சாவடிக்கு வந்திருந்தார்கள்.

நிழலி கொடுவாயிலிலிருந்து சங்காயம் கொண்டு வந்த லாரி மேட்டு வாசலை ஒட்டி, பாரம் இறக்காமலேயே நின்று கிடந்தது. எட்டயபுரம் லோடு ஏற்றிப் போகும் லாரியும் பாரம் ஏற்றாமல் வெறுமனே நின்றிருந்தது.

கருக்கலில் வந்திருந்த பண்ணையத்து மாதாரிகள் தென்னை மரச்சால்களில் தூக்கியிருந்த புகையிலைக் கம்பங்களை இறக்கிக் கொண்டிருந்தார்கள். மாட்டு வண்டியில் ஏற்றி அம்பாரத்திற்குக் கொண்டுவந்தபடியும் இருந்தார்கள்.

அப்பா வாரிக்குட்டை தென்னைமரச்சால் அடியில் பச்சைப் புகையிலைக் கம்பங்களைத் தூக்குமிடத்தில் நின்று ஆட்களை வேலை வாங்கிக் கொண்டிருந்தார். அம்பாரத்தடியில் தண்ணீர் தெளித்து, கிடை மாற்றுவதில் பெரியப்பா மும்முரமாக ஈடுபட்டிருந்தார்.

கண்ணப்பண்ணனும் தமிழாவும் சமையற்கட்டுப் பக்கம் பெரியம்மாவோடு இருந்தார்கள். சமையற்கட்டின் வடக்குப் பார்த்த நடையில் நின்ற அம்மா என்னை எதற்கோ கூப்பிட்டாள்.

ஆசாரத்து உள் திண்ணையில் உட்கார்ந்திருந்த நான் எழுந்தபோதுதான் எதேச்சையாகக் கவனித்தேன், அட்டாழி வீட்டுத் தோணிச் சட்டத்தின் கீழ் உள்ள உறியில் உட்கார்ந்திருக்கும் அதை. சலனமேயில்லாமல் உட்கார்ந்து பயமின்றிப் பார்த்தபடியேயிருந்தது.

சட்டென எனக்கு என்ன செய்வதென்றே தெரியவில்லை. ஆசாரத்துக் குள்ளிருந்து வெளியே விரைந்து, மேட்டு வாசலுக்கு வந்ததும் குரல் கொடுத்தேன்.

"காக்கா... பூந்துருச்சு... காக்கா... பூந்துருச்சு...''

புகையிலைச் சாவடியில் தழை உரித்துக் கொண்டிருந்த பெண்கள் நிமிர்ந்து பார்த்தார்கள். முண்டுத் திண்ணையோரம் அண்டாவில் கருப்பட்டி கரைத்துக் கொண்டிருந்த தெண்டபாணி சித்தப்பா, ஈரக் கையோடு மேட்டு வாசலுக்கு வந்து கேட்டார்.

"எங்கேடா...?''

"அட்டாழி ஊட்டுக்குள்ள....?''

தெண்டபாணி சித்தப்பா என்னோடு விரைசலாக அட்டாழி வீட்டுக்கு வந்தார்.

அட்டாழி வீடு உள் ஆசாரத்தின் தெற்கு மூலையில் இருந்தது. ஆள் புழக்கமற்ற அட்டாழி வீட்டின் வெளிமரக் கதவுகள் எந்நேரமும் திறந்தே கிடந்தன. பகலிலும் இருள் வடிந்து கொண்டேயிருந்தது. ஒரு சிறிய நீள் செவ்வக அறைபோலத் தெரிந்தது. கலப்பை சேர்த்தும் அன்று மட்டும் பெரியப்பா ஆசாரியுடன் உள்ளே போவார். ஆணி, கொழுவு முதலியவற்றைத் தேடுவார். மற்ற தினங்களில் எவரும் உள்ளே நுழைவதே கிடையாது. வெட்டுக் கைகளைத் துளையிடும் கருந்தும்பிகளின் ரீங்கரிப்பு கேட்டபடியே இருக்கும்.

கோம்பைச் சுவரிலிருந்து தாங்கு கட்டைகள் நீட்டி அதன்மேல் மரப்பலகை பொருத்திய அட்டாழி இருந்தது. அட்டாழியை ஒட்டி நேர் கீழே தோணிச் சட்டத்திலிருந்து உறி தொங்கியது.

அந்தரத்தில் தொங்குவதுபோலத் தெரியும் இந்த உறியில்தான் இப்போது காகம் உட்கார்ந்திருந்தது. கூடவே வந்த பெரியப்பா ஆசாரத்து வெளிநடையைச் சாத்தித் தாழிட்டார். வெளிச்சம் தணிந்த வீடு திடீரென இருளில் மூழ்கிவிட்டது. சீமையோட்டின் இடுக்கு வழியே கசியும் ஒளி மட்டும் சன்னமான கீற்றுப்போல தரையில் படிந்திருந்தது. மங்கிய வெளிச்சத்தைப் பழக கண்களுக்குச் சிறிது நேரம் பிடித்தது.

அதற்குள் ஆசாரத்தின் பின்கட்டு நடையைத் திறந்து கொண்டு பெரியம்மா உள்ளே வந்தாள். தெண்டபாணி சித்தப்பாதான் முதலில் போய் அட்டாழி வீட்டை எட்டிப் பார்த்தார். தரையில் சாமான்கள்

நிரம்பிக் கிடந்தன. உள்ளிருந்து கலைந்து வந்த தூசி கதவிடுக்கு வெளிச்சத்தில் மிதந்தது. பனைமால்களில் பூச்சிக்கூடுகளோடு குப்பைகளும் படிந்து நிரம்பியிருந்தன.

உறியில் உட்கார்ந்திருந்த காகம், நெருக்கத்தில் ஆளைக் கண்டதும், பறப்பதுபோல எம்பிற்று. திரும்பவும் உட்கார்ந்து கொண்டது. தெண்டபாணி சித்தப்பாவுக்குத் தூசியின் மிகுதியால் இருமல் எழுந்தது. வெகுசிரமத்துடன் அடக்கியபடி ஆசாரத்துக்கே வந்தார். பின்பு ஆசாரத்துக்குள் இருந்தபடியே காகத்தை நோட்டமிட்டார். காகம் இருள் கட்டிய வெளிச்சத்தில் அசையாமல் அமர்ந்திருந்தது. பதிலுக்குக் கழுத்தை வளைத்து ஆசாரத்திலிருந்தவர்களை நோட்டமிட்டது. அவ்வேளையில் வீடு நிசப்தத்தில் ஆழ்ந்து கிடந்தது.

அறை அறையாக தடுத்த வீட்டுக்குள் காகம் எப்படி நுழைந்தது என எல்லோருக்கும் வியப்பாகவே இருந்தது. எங்களுக்கெல்லாம் தெண்டபாணி சித்தப்பா எப்படியும் காகத்தை உயிருடன் பிடித்தே தீருவார் என்கிற நம்பிக்கை வலுத்துக் கொண்டு வந்தது. முன்பெல்லாம் தெண்டபாணி சித்தப்பா பறவைகளை வேட்டையாடுவதில் சாமர்த்தியம் நிறைந்தவராக இருந்தார். விநாயகர்கோவிலடியிலுள்ள ஊர் சேந்து கிணற்றில் அணையும் சிட்டுக்குருவிகளைச் சாமத்தில் துப்பட்டி கொண்டு சுலபமாகப் பிடித்து விடுவார். கிணற்றுப் புறா பிடிப்பதிலும் கைதேர்ந்தவர். மரவபாளையம் அப்பரமேஸ்வரர் கோவிலில் தோக்குருவிகள் பெருகிய காலங்களில் குருக்கள் தெண்டபாணி சித்தப்பாவுக்குத்தான் நேராக ஆள் அனுப்புவார். இலந்தை முள் வைத்து தோக்குருவிகளை மிக லாவகமாகப் பிடிக்கும் சாதுர்யம், இந்தச் சுற்றுவெளி ஊர்களில் தெண்டபாணி சித்தப்பாவுக்கு மட்டுமே கை வந்திருந்தது.

தெண்டபாணி சித்தப்பா சற்று நீண்ட யோசனைக்குப் பின் காகத்தைப் பிடிக்க எத்தனித்தார். நடைக்குள் நுழைந்தவுடன் திரும்பவும் இருமல் வந்துவிட்டது தெண்டபாணி சித்தப்பாவுக்கு. சப்தம் எழுந்ததும் காகம் சுதாரித்துக் கொண்டது. பறந்து ஆசாரத்துக்குத் தாவியது. விட்டங்களில் மோதிக் கொள்ளாமல் வட்டமடித்தது.

வெகுநேரம் எங்கும் உட்காராமலேயே பறந்தது. பயந்து போய் மிரட்சியுடனும் தவிப்புடனும் பறப்பது தெரிந்தது. பெரியம்மா சீவக் கட்டையால் காகத்தை அடிக்க முயன்று பார்த்தாள். பெரியப்பா தூய் தூய் எனக் காகத்தைச் சப்தமிட்டு முடுக்கிச் சலிப்படையச் செய்து கொண்டிருந்தார்.

கண்ணப்பண்ணனும் தமிழாவும் அட்டாழி வீட்டின் நேர் எதிரேயிருந்த ஆசாரத்து வெளிச்சன்னலைத் திறந்து உள்ளே எட்டிப் பார்த்துக் கொண்டிருந்தார்கள். அவர்களோடு அம்பாரத்து ஆட்கள் சிலரும் வேடிக்கை பார்த்தபடியிருந்தனர்.

பொழுது புகையிலைச் சாவடிக்கு மேலேறி வந்திருந்தது. ஏறு வெயில் படர்ந்த மேட்டு வாசலில் அப்பாரய்யன் புறங்கை கட்டியபடி இன்னும் நின்றிருந்தார். கோபமாக ஆசாரத்தை அடிக்கடிப் பார்த்துக் கொண்டேயிருந்தார். காலை நேரத்தில் அம்பாரத்து வேலை பாதியில் நின்றுபோன எரிச்சல் அப்பாரய்யனிடமிருந்தது.

இந்தச் சமயத்தில் அம்மா சமையற்கட்டின் வடக்குப் பார்த்த நடையில் வந்து நின்று ஆசாரத்தை வெறித்தாள். காகத்தைத் துரத்தும் எல்லோரையும் சேர்ந்தாற்போல் முறைத்துவிட்டுச் சொன்னாள்.

“பாவம் காக்கா... எங்காச்சும் போயி பொழச்சுட்டுப் போவுது... கதவெ நீக்கி முடுக்கித் தொலைக்கறதுதானே... அம்பாரம் கெடை மாத்தற அவசரத்துல சின்னக் கொழந்தையாட்டம் ஆம்பளைகளும் சேந்து வெளையாண்டுக்கிட்டு...

அம்மாவை யாரும் பொருட்படுத்தவில்லை. அம்மா காகத்தைப் பிடிப்பதில் அக்கறை காட்டவேயில்லை. உள்ளே வந்து ஆசாரத்துத் தூணைப் பிடித்தவாறே நின்று கொஞ்சநேரம் பறக்கும் காகத்தைப் பார்த்தபடியிருந்தாள். பின்பு திரும்பவும் சமையற்கட்டுக்குள்ளேயே போய்விட்டாள்.

காகம் விட்டத்தினூடே அலைந்தபடியிருந்தது. மங்கிய வெளிச்சத்தில் மிதந்து நீந்துவதுபோல புலப்பட்டது. தெண்டபாணி சித்தப்பாவும் பெரியப்பாவும் விடாமல் காகத்தை விரட்டிக் கொண்டேயிருந்தார்கள். வெகுநேரம் கழித்தே காகம் சலிப்புற்றது. திரும்பவும் அட்டாழி வீட்டுக்குள் போயிற்று. உட்காருவதும் பறப்பதுமாகச் சுற்றியது. ஏனோ திடீரெனப் போய் உறியில் உட்கார்ந்து கொண்டது.

தெண்டபாணி சித்தப்பாவும் உள்ளே போனார். கதவைச் சாத்தி தாழிட்டுக் கொண்டார். உள்ளே இருமும் சப்தமும் சாமான்கள் உருளும் சப்தமும் கேட்டன.

வெளியில் நின்றிருந்தவர்கள் எல்லோரும் ஆசாரத்துக்கு வந்தார்கள். உள்ளே என்ன நடக்கிறது என எதுவும் தெரியாமலேயே சிறிது நேரம் கழிந்தது. பெரியம்மா வெளிநடையையும் சன்னல்களையும் திறந்து வைத்தாள். மெல்ல வெளிச்சம் பரவியது.

சற்றுப் பொறுத்து உள்ளேயிருந்து காகம் ஈனஸ்வரத்தில் கரையும் ஓசை கேட்டது. தெண்டபாணி சித்தப்பா கதவைத் திறந்து கொண்டு வெளியே வந்தார். அவர் கைக்குள் காகம் குறுகிப்போய் மிரட்சியுடன் வெறித்துக் கொண்டிருந்தது. சொரூபம் குன்றிய நிலையில் காகத்தைப் பார்க்கப் பாவமாகக்கூட இருந்தது. ஆனாலும் பெரும்பாலும் துர்க்குணம் பிடித்த பறவையாகவே காகத்தைப் பற்றிய சித்திரம் என்னுள் படிந்திருந்ததால் எனக்குத் துளியும் இரக்கமே எழவில்லை.

பெரியம்மா அங்கிருந்தவர்களிடம் பிடிபட்ட காகத்தைக் கழுத்து வெளிறிய நாட்டுக்காகம் எனச் சொல்லிக் கொண்டிருந்தாள். கண்ணப்பண்ணனும் தமிழாவும் வந்து ஒருமுறை காகத்தைத் தடவிப் பார்த்தார்கள். முதன்முறையாகக் காகத்தைத் தொட்டுவிட்ட சந்தோசம் அவர்களின் முகமெங்கும் படர்ந்து விரிந்தது.

நீண்ட நேரம் எல்லோரும் காகத்தைக் குறித்தே பேசினார்கள். பொழுது மேலேறி வந்து கொண்டிருந்தது. மேட்டுவாசலில் அப்பாரய்யனைக் காணவில்லை. புகையிலைச் சாவடியில் தழை உரித்துக் கட்டும் பெண்கள் தண்ணீர்த் தொட்டியிடம் சாப்பிடப் போனார்கள். அடுத்து பிடிபட்ட காகத்தை என்ன செய்வது என்கிற பிரச்சனையைத் தெண்டபாணி சித்தப்பா முன் வைத்தார். ஆளாளுக்கு வந்து ஒரு யோசனை சொன்னார்கள்.

அப்போது தென்னை மரத்தடியிலிருந்து சூடிக்கயிறும் கத்தாழை நாறும் எடுத்துப் போகவந்த அப்பா, கடுப்பாகச் சொன்னார்.

"அந்தக் கருமத்தை தட்டித் தூக்கி குப்பக்குழியிலே எறியுங்க…''

ஆனால் பெரியப்பா வேறு ஒரு யோசனை சொன்னார்.

"எருமெ கன்னுப் போட்டுருக்குதுல்ல… கன்னக் காக்கா கொத்தாம இருக்க கட்டுத் தரையில கட்டித் தொங்க வுட்டுட்டா என்ன…?''

பெரியம்மா தடுத்தாள்.

"சனிபகவான் வாகனத்தைக் கொன்னா ஏழேழு ஜென்மத்துக்குப் பாவம் நீங்காதும்பாங்க… ஏதோ கஷ்டப்பட்டுப் புடிச்ச அடையாளத்துக்கு வேன்னா மூக்குல சலங்கையக் கட்டி உட்டுருவோமா…?''

பெரியம்மாவின் யோசனை எல்லோருக்கும் சரியெனப்பட்டது.

அபூர்வமாக எதையோ செய்வதுபோல எல்லோரும் துரிதமாக இயங்கினார்கள். ஆனால், பெரியப்பா சலங்கையை எதில் கோ(ர்)த்து

கட்டுவது என்கிற பிரச்சனையை எழுப்பினார். குதிரைவால் முடியில் கோ(ர்)த்துக் கட்டலாம் என்று அப்பா சொன்னார்.

பெரியம்மா பெரியப்பாவை ஏவ, பெரியப்பா கட்டுத்தரைக்குக் கிளம்பிப் போனார். வண்டியில் பூட்டாத அப்பாரய்யனின் கிழட்டுக் குதிரை ஒன்று அந்த சமயத்தில் கட்டுத்தரையில் கனைத்துக் கொண்டும் ஆட்களை கடித்துக் கொண்டும் இருந்தது.

போன வேகத்தில் சீக்கிரமே திரும்பி வந்தார் பெரியப்பா. குதிரைவால் முடியை ஏனோ கொண்டுவர முடியவில்லை அவரால்.

தெண்டபாணி சித்தப்பா காகத்தைப் பெரியம்மாவிடம் கொடுத்து விட்டு வண்டிச் சாய்ப்புக்குக் கிளம்பிப் போனார். மாட்டுக் கொம்பிற்குக் கட்டும் சலங்கையிலிருந்து ஒரு சிறிய மணியைப் பிய்த்து எடுத்து வந்தார். பெரியம்மாவை, காகத்தினைக் கெட்டியாகப் பிடிக்கச் சொன்னார். காகத்தின் அலகில் கோனூசியை வைத்து அழுத்தினார். சிறிய துவாரம் விழுந்தது. வலியின் இம்சையால் காகம் துள்ள முயன்ற மாதிரியிருந்தது. பின்பு மணியைச் சிறு கம்பியில் கோ(ர்)த்து அலகில் கட்டிவிட்டார். கண்ணப்பண்ணன், தமிழாவோடு சேர்ந்து நானும் சப்தமிட்டபடி குதூகலமாகக் கத்தினேன்.

“காக்கா... மூக்குத்தி குத்திக்கிச்சு டோய்...?''

“ஒத்த மூக்குத்தியா... ரெட்ட மூக்குத்தியா டோய்...?''

தெண்டபாணி சித்தப்பா எங்கள் தொனியிலே கேலியாகக் கேட்டபடி காகத்தை நீவிக் கொடுத்தார். கிறங்கிக் கிடந்த காகம் நடுங்கிக் கொண்டிருந்தது.

பெரியம்மா தெண்டபாணி சித்தப்பாவிடமிருந்து காகத்தை வாங்கி மேட்டுவாசலுக்குக் கொண்டு போனாள். மேட்டுவாசலில் நல்ல வெயில் இறங்கியிருந்தது. மேற்குப் பார்த்த நிழல் வேகமாக ஒடுங்கியிருந்தது. நாங்களும் போய் பெரியம்மாவைச் சுற்றி நின்று கொண்டோம்.

பெரியம்மா தலைக்கு மேலே காகத்தைத் தூக்கி விசிறிவிட்டாள். சிறு தடுமாற்றத்துடன், சுதாரித்து மேலே பறந்து போயிற்று காகம். சலங்கை மணி ஒலி மெல்லிசாக எழுந்தது. எல்லோரும் பார்த்துக் கொண்டேயிருந்தோம். அங்கு சட்டென எதையோ இழந்ததுபோல ஓர் அமைதி இழையோடிக் கவிழ்ந்தது. அன்று வீடு தன்னியல்பு மீள வெகுநேரம் பிடித்தது.

மறுதினத்திலிருந்து அந்தக் காகத்தை மூக்குத்திக் காகம் என்றே அழைத்தார்கள் வீட்டில். ஒவ்வொரு தினமும் ஏதோ ஒரு சந்தர்ப்பத்தில் எவருக்காவது அது கண்ணில் தட்டுப்பட்டுக் கொண்டேயிருந்தது. வட்டச் சொம்பு விளக்குகிற இடத்தில் கழிவுச்சோறு பொறுக்கியபடி தென்னை மரத்தில் அமர்ந்தபடி என சதாகாலமும் அது எங்கள் வீட்டைச் சுற்றியே வசித்தாற்போல் தோன்றியது. அதன் அலகில் சலங்கை தொங்குவதால் அதற்கு எந்தவித இடையூறும் இருப்பதாகவே அது காட்டிக் கொள்ளவில்லை. வேறு காகங்கள் அதை விநோதமாகப் பார்ப்பதாலோ என்னவோ எதனோடும் இணைவு கொள்ளாத தனிமையாகவே இருந்தது காகம்.

பெரியம்மா விரதம் பிடிக்கும் சனிக்கிழமையில் காகத்திற்குச் சோறு வைப்பாள். தவறாமல் வந்து எடுத்தது மூக்குத்திக் காகம். பக்கத்து ஊர்களில் மூக்குத்திக் காகத்தைப் பார்த்தவர்கள் வந்து வியப்பாகப் பேசினார்கள். அவர்கள் எல்லோருக்கும் காகத்தைப் பிடித்து மூக்குத்தி குத்திவிட்டது எங்கள் வீடுதான் என எப்படியோ தெரிந்து போயிற்று. குழந்தைகளுக்கெல்லாம் மூக்குத்திக் காகத்தைக் காணும்போது வேடிக்கையாகவும் குதூகலமாகவும் இருந்தது. கை கொட்டியும் சப்தமிட்டுக் கொண்டும் மூக்குத்திக் காகத்தை கொஞ்சதூரம் துரத்துவதை வாடிக்கையாகவே கொண்டிருந்தன குழந்தைகள்.

ஆறுமாதம் போயிற்று. திடீரென ஒருநாள் மூக்குத்திக் காகத்தை வீட்டுப்பக்கம் பார்க்க முடியவில்லை. தோட்டத்திலும் தென்படவில்லை. நான் கூரைமேல் காகம் கரையும்போதெல்லாம் அது மூக்குத்திக் காகமாகத்தான் இருக்கும் என வாசலுக்கு வந்து பார்த்தேன். உக்கிரமான மதியத்தில் வீதிகளில் சண்டையிடும் காகங்களிடையேயும் தேடிப் பார்த்தேன். அந்த வாரமெல்லாம் அது எவர் கண்ணுக்கும் தென்படவேயில்லை. ஊரில் வேறு எவரும் பார்த்ததாகவும் தகவல் இல்லை.

நான் பள்ளிக்கூடம் விட்டு வந்ததும் புறவெளியில் அலையும் காகங்களில் மூக்குத்திக் காகத்தை தேடுவதே முக்கிய வேலையாகக் கொண்டிருந்தேன். எங்குத் தேடியும் மூக்குத்திக் காகம் தட்டுப்படாமல் போகவே பெரியம்மாவிடம் போய்க் கேட்டேன். பெரியம்மா சிரித்தபடியே அசட்டையாகப் பதில் சொன்னாள்.

“வேறு சீமை பாத்து போயிருக்கும்... ?''

வீட்டில் மற்றவர்கள் யாரும் மூக்குத்திக் காகத்தை நினைப்பதாகவே தெரியவில்லை. எனக்கு மட்டும் எப்படியும் மூக்குத்திக் காகத்தைப்

பழையபடி கண்டுவிட வேண்டுமென்கிற ஆவல் தொற்றியிருந்தது. சதா அதன் ஞாபகமாகவே இருந்தது. ஒரு ஞாயிற்றுக்கிழமை காலை விடிந்ததும் பெரியம்மா என்னிடம் மேற்குத் தோட்டத்திற்குச் சாப்பாடு கொடுத்தனுப்பினாள். கடலைக் காட்டில் தண்ணீர் கட்டும் ஆளும், பெரியப்பாவும் அங்கு இருந்தார்கள்.

நான் மூக்குத்திக் காகத்தைத் தேடும் பொருட்டு நேரான வழியில் செல்லவில்லை. சுற்று வழியில் கிளம்பினேன். கரட்டுக்குள் ஒற்றைக்கால் தடம் நாகசர்ப்பம்போல் நெளிந்து போயிற்று. குடை சீத்தை மரங்களுக்குள் இருந்து தவிட்டுப் புறாக்கள் அணத்தின. சாமேட்டு இறக்கத்தைக் கடந்தபோது கரிக்குருவி கல்கட்டில் உட்கார்ந்து ஈசல் பிடித்துக்கொண்டிருப்பதைக் கண்டேன். பனைச்சாலடியில் நடந்தபோது ஆமரப்பாளைகள் உதிர்ந்து கிடந்தன. செம்பூத்தும் சில காகங்களும் பனை ஓலைக்குள் தென்பட்டன. அழகண்ணாங் குருவிகள் முனகிக் கொண்டிருந்தன. அடிமரத்திலிருந்த மரங்கொத்தி காலடி அரவம் கேட்டதும் மேலே ஊர்ந்து போனது.

வழிநெடுக என் கண்கள் மூக்குத்திக் காகத்தினைத் துழாவியபடியே இருந்தன. மேற்குத் தோட்டத்துத் தென்னந்தோப்பின் உள்ளேயும் சென்று தேடினேன். நிழல் கட்டிய தோப்படியில் கோடுகளாய்க் காலை வெயில் விழுந்திருந்தது. மூக்குத்திக் காகம் தென்படவேயில்லை. ஆழ்ந்த வருத்தம் மனசெங்கும் சூழ்ந்து இறுக்கிற்று.

தொலைவில் காகக் கூட்டமொன்று கரைந்தபடி கடலைக் காட்டில் இறங்குவது தெரிந்தது. பெரியப்பா கவண்கல் கொண்டு காகங்களை விரட்டிக் கொண்டிருந்தார். ஏறுவெயில் பட்டு வரப்புகளில் பனி மேலெழும்பிக் கொண்டிருந்தது. கடலைப் பருப்பு போட்டிருந்த குட்டைகளில் எங்கும் ஈரப்பதமிருந்தது.

அங்கொன்றும் இங்கொன்றுமாக முட்டிக் கொண்டிருந்த பருப்புகளில் இலை விரிந்து கொண்டிருந்தன. பனிக்காலப் புழுதிக்காடு மெல்லியதொரு வாசனையில் கிளர்ந்து கிடந்தது. கீகாற்று ஈரவாடையுடன் வீசிற்று.

அப்பா காகங்களை விரட்ட முன்னேற்பாடாகக் கடலைக் காட்டில் ஆங்காங்கே குச்சி நட்டு, குச்சியின் நுனியில் செத்த காகங்களைத் தொங்கவிட்டிருந்தார். ஒருவேளை மூக்குத்திக் காகம் இதில் அகப்பட்டுக் கொண்டிருக்குமோ... நினைக்கவே எனக்குப் பகீரென்றது.

பெரியப்பா சாப்பாட்டுப் போசியை வாங்கியதும் நான் கடலைக் காட்டில் இறங்கி ஓடினேன். செத்த காகம் தொங்கிய ஒவ்வொரு குச்சியின் அடியிலும் போய் நின்று அண்ணாந்து பார்த்தேன். அப்போது பெரியப்பா கூப்பிட்டுச் சொன்னார்.

“உங்கொப்பெ அன்னைக்கி மருந்து வெச்சு காக்காயெல்லாம் கொன்னான்ல்ல... அதுல மூக்குத்திக் காகமும் மாட்டிக்கிச்சு... அதெய கெழக்கோட்டு குட்டையில் தொங்க வுட்டுருக்கே...'' மேலே பேச விடாமல் நான் விரைசலாக ஓடிப்போய்ப் பார்த்தேன். விறைத்துப் போய், தலைகீழாகத் தொங்கிய மூக்குத்திக் காகத்திடம் இன்னும் அலகில் சலங்கைமணி அப்படியே இருந்தது. காற்றுக்கு அசையும்போது மெல்ல சலசலக்கும் ஓசை எழுந்தது. என் கண்கள் நிச்சலனமாய் அதையே வெறித்திருந்தன வெகுநேரம்.

அன்று இரவு கனவில் மூக்குத்தி காகம் வந்தது. படைபடையாக நிறைய காகங்களை அழைத்துக் கொண்டு வந்தபடியே இருந்தது. இருந்திருந்தாற்போல் எல்லாக் காகங்களும் சேர்ந்து துரத்தின என்னை திரும்புதலின்றி அகப்பட்டு விழித்தபோது.... பெரியம்மா கேட்டாள்.

என்ன கண்ணு ஆச்சு உனக்கு?

நான் எழுந்து உட்கார்ந்தேன். தேம்பி அழுதேன். பெரியம்மா என்னைச் சமாதானப்படுத்தித் திரும்பவும் கேட்டாள். நான் பெரியம்மாவையே உற்றுப் பார்த்தேன். பின்பு எனக்குக் கனவில் புதையுண்டு மீண்ட காட்சி ஞாபகம் வந்தது. கிரமமாகச் சொன்னேன்.

பெரியம்மா என்னையே உற்றுப் பார்த்தாள். நிதானமாக யோசித்து விட்டுப் பேசினாள்.

“பாவம் மூக்குத்திக் காகம். நம்மகிட்ட அது ரொம்பவும் வதைபட்டுருச்சோன்னு தோணுது இல்லடா...?''

நான் மேற்கொண்டு பேசவில்லை. பெரியம்மாவையே பார்த்தபடியிருந்தேன். இரவு நீண்டுகொண்டே போயிற்று. தூக்கத்தில் மீண்டும் மூக்குத்திக் காகத்தின் சந்திப்பைத் தவிர்க்கும் தீவிர விழிப்பு முனைப்புடன்.

- படித்துறை, நவம்பர், 2004

மீட்பு

யாரோ வாசலில் நின்று கூப்பிட்டார்கள். சாப்பிட்டுக் கொண்டிருந்த இவர் எட்டிப் பார்த்தார். நேற்று வந்தவன்தான் நின்று கொண்டிருந்தான் திண்ணை எறப்பைக் கையில் பிடித்தபடி. இவருக்கு சப்தநாடியும் ஒடுங்கிப் போயிற்று. என்ன பதில் கூறுவது என யோசித்தபடியே குரல் கொடுத்தார்.

"இதோ... வந்துட்டே..."

பாதி சாப்பாட்டில் வட்டிலை ஓரமாக நகர்த்தி வைத்துவிட்டு எழுந்தார். பின்கட்டு ஜலதாரையில் கை கழுவும்போது, இப்படியே மதிலேறிக் குதித்து ஓடிவிடலாமாவெனத் தோணியது இவருக்கு. பின்பு வந்தது வரட்டும் எனத் திடப்படுத்திக் கொண்டு திண்ணைக்குப் போனபோது, வந்தவன் இவரை முறைத்துப் பார்த்தான்.

"நானே கொண்டு வர்லாமுன்னு இருந்தேன்...எப்படியும் இந்த வாரத்துல பணம் கைக்கு வந்துரு..."

இவர் பேசியவிதம் வந்தவனுக்குக் கோபத்தைக் கிளப்பியது.

"வாயை மூடுய்யா... ஆருகிட்ட கதையளக்கறே...?"

"நெஜமாலுமே சாய்பு பையன் திரும்பி வந்துட்டதா நேத்து நொச்சிபாளையத்து ஏவாரி சொன்னாரு... நாளைக்கு போய்ப் பாத்துட்டு வந்து உங்களுக்கு செட்டில் பண்ணிருலாமுன்னு இருந்தேன்..."

"ம்கூம்... நீ போனா மாத்திரம் சாய்பு பையன் குடுக்கறதுக்கு முடிஞ்சு வச்சிருக்கானாக்கு... நீ நா வர்றப்பவல்லாம் இதையே தாஞ்சொல்லறே... ஒரு மயிரையுங்காண... இங்க பாரு... நாளைக்கு நா வருவே... மான ரோசமுள்ளவனா இருந்தா பணத்த ஒழுங்கா குடுத்தரனும், இல்லன்னா நாசமாப் போன்னு காறித் துப்பிட்டு போயிருவேன். இனி என்னால உங்கிட்ட பணத்துக்கு நடக்க முடியாது.

ஒரு நடையா ரெண்டு நடையா... உள்ளூர்ல ஆயிரத்தெட்டு ஏவாரி இருக்கும்போது, அசலூர்க்காரன் உனக்குக் கொட்டி குடுத்தம் பாரு... எம் புத்திய செருப்பக் களட்டி அடிக்கணும்..."

வந்தவன் கொஞ்சம் அதிகமாகவே பேசுவதாகப்பட்டது. இவர் திண்ணைத் தூணில் சாய்ந்து உட்கார்ந்தவாறே பதில் பேசாமலிருந்தார். ஒட்டிய வீடுகளில் இருந்த பெண்களெல்லாம் எட்டிப் பார்த்துப் போனார்கள். வந்தவன் மேலும் திட்டியபடியே வீதியில் இறங்கிப் போனான். வந்தவன் முக்குத் திரும்பும்வரை இவர் அவனையே பார்த்தபடியிருந்தார்.

பின்பு எழுந்து பின்கட்டுக்குப் போனார். கால் முகம் கழுவிக் கொண்டு உள்ளே வந்தார். வட்டில் சாப்பாட்டில் ஈக்கள் அரித்துக் கொண்டிருந்தன. சட்டையை எடுத்துப் போடும்போது வெறி மூண்டது. இன்று எப்படியும் சாய்புவைப் பார்த்து விட்டுத்தான் திரும்புவது என செலவுப் பெட்டியில் பணத்தைத் தேடினார். சில்லறைக் காசுகள் மட்டுமே இருந்தன. விளக்கு மாடத்திலும் சில்லறைக் காசுகளே கிடந்தன.

விளக்கு மாடத்துக் காசு இன்று காலையில் லட்சுமி வைத்ததாக இருக்கும். லட்சுமி எப்பொழுதும் இவர் பீடி, தீப்பெட்டிச் செலவுக்கு விளக்கு மாடத்தில் காசு வைத்துப் போவதுதான் வழக்கம். பெண்கள் ரெண்டு பேரும் தேங்காய்க் களத்திற்கு வேலைக்குப் போய் வந்து கொண்டிருந்தார்கள். பெண்களின் சம்பாத்தியத்தில்தான் குடும்பம் ஓடிக் கொண்டிருந்தது. பள்ளிக்கூடம் போய்விட்டு நிழல்மாட இருந்த பெண்கள், கருக்கும் வெயிலில் தேங்காய் எடுத்துக் காசு கொண்டு வருவதை நினைக்கையில் இவருக்கு நெஞ்சை அடைத்தது. கண்களில் லேசாக நீர் கோ(ர்)த்தது. இயலாமையை நினைத்து மனசு வெதும்பியது. நேரத்தைச் சபித்தபடியே பணத்தைப் பற்றி யோசித்தார்.

இவருக்குப் பணம் கிடைக்கும் வழி தெரியவில்லை. சாய்புவைப் போய்ப் பார்க்க முடியாது எனத் தெரிந்தது. திரும்பவும் திண்ணைத் தூணுக்கே வந்து சாய்ந்து உட்கார்ந்தார். பத்து ரூபாய் கூட புரட்ட முடியாத நிலைமையை நினைத்தபடி வீதியைப் பார்த்துக் கொண்டே இருந்தார்.

இளமதியத்தின் உக்கிரம் சீமையோட்டின் மேல் இறங்கிக் கொண்டிருந்தது. ஆகாயம் முகிலற்றுக் கிடந்தது. புழுக்கமாக இருந்தது. துண்டைச் சுருட்டித் தலைக்கு வைத்துப் படுத்தார். இரவின் சேகரமாகத் திண்ணையில் இன்னும் சிறிது குளிர்ச்சி இருந்தது. மேலே

வெட்டுக்கையில் புள்ளக குளவிக் கூடு இருந்தது. புழுவைச் சுமந்தபடி குளவி அலைவது தெரிந்தது. குளவியையே பார்த்துக் கொண்டிருந்தார். குளவியின் இறக்கைச் சப்தம் துல்லியமாகக் கேட்டது.

யாரோ எழுப்புவதுபோல இருந்தபோதுதான் உறங்கி விட்டது ஞாபகம் வந்தது. மூத்த பெண் நின்றிருந்தாள்.

"என்னப்பா... வெளியில எங்காச்சும் போனீங்களா?''

"இல்லீம்மா, இனிமேத்தான் போகணும்''

மூத்த பெண் உள்ளே போய்விட்டுத் திரும்பி வந்தாள். அவள் உள்ளங்கையில் மடித்த இரு பத்து ரூபாய் நோட்டுகள் இருந்தன. இவருக்குப் பணத்தை வாங்கும்போது கண் கலங்கியது. பேச வாய் எழவில்லை. சுவரின் நிழல் கிழக்கே படர்ந்து கொண்டிருந்தது. இவர் கிளம்பினார். பஸ் வர இன்னும் கொஞ்சம் நேரமிருந்தது. ஆலமரக் கல் திண்டில் பாஞ்சாங்கரம் ஆடிக் கொண்டிருந்தார்கள். சில இளவட்டங்களும் வயதானவர்களும். ஆல இலைகள் தரையெங்கும் உதிர்ந்து கிடந்தன.

இவர் வியாபாரம் நொடித்ததிலிருந்து வெளியில் எங்கும் போவதேயில்லை. எதிர்ப்பட்ட தெரிந்தவர்கள் எல்லாம் கடன்காரர்களாகவே இருந்தார்கள். இவர் யாருமற்ற பின்மதியத்தில் எப்பவாவது இங்கு வந்து பாஞ்சாங்கரம் விளையாடுவார். அதுவும் வயதானவர்களோடு. பழக்கத்தில் யாரோ ஒரு வயதானவர் இன்றும் கூப்பிட்டார். இவர் பஸ்ஸுக்கு நிற்பதாக ஜாடை செய்தார்.

பஸ் வந்தது. மதியத்தில் இருக்கைகள் எல்லாம் காலியாகக் கிடந்தன. நகரத்துக்குள் பஸ் நுழைந்தபோது சாயங்காலமாகிவிட்டது. கடை வீதியெங்கும் பரபரப்பு தெரிந்தது. ஆடம்பரமான வாகனங்கள் நாலாத் திக்கிலும் போய்வந்து கொண்டிருந்தன. இவர் இறங்கி டவுன் பஸ் மாறிக் கொண்டார்.

சாய்பு இருந்த தெரு எப்பொழுதும் போலவே இருந்தது. நெருக்கமான கடைகள், அழுக்கடைந்த டீக்கடைகள், பாய்லருக்கு முன்பு நிற்கும் முண்டாசு பனியன் டீ மாஸ்டர் என கசகசப்பாகவும் சப்தமாகவும் இருந்தன. வழியெங்கும் பழைய இரும்புக் கடைகள் நிறைய இருந்தன. எல்லாம் சாய்புமார் கடைகள்.

இருபக்கமும் கசாப்புக் கடைகள் கொண்ட ஒரு சந்தில் இவர் பிரிந்து உள்ளே நடந்தார். கட்டித் தொங்கவிடப்பட்டிருந்த தோலுரித்த ஆடுகளின் வால் பகுதியில் மட்டும் உரோமம் தென்படும்.

ஆண்களெல்லாம் குல்லா, தாடி வைத்திருந்தார்கள். லுங்கியை ஏற்றிக் கட்டியபடி கடந்து போனார்கள். முதல் தடவை வந்தபோது விநோதமாக இருந்தது, இவருக்கு.

பச்சை வர்ணம் அடித்த சுவர் கொண்ட வீடு சாய்புவினுடையது. இவர் முகம் தட்டுப்பட்டதும் அந்த வீட்டுப் பெண்கள் அடையாளம் கண்டு கொண்டார்கள். சாய்பு வெளியில் போயிருப்பதாகச் சொன்னார்கள். உட்காரும்படி வெளியே பெஞ்சு கொண்டு வந்து போட்டார்கள்.

முன்பும் இதே மாதிரி பல தடவை உட்கார்ந்திருக்கிறார், சாய்புவை எதிர்பார்த்து. சாய்பு வந்ததும் கத்தை, கத்தையாகப் பணம் கொடுப்பார். பஸ் ஏற்றிவிடும்வரை துணைக்குக் கூடவே வருவார். பத்திரமாகப் போய்ச் சேரும்படி கூறுவார். அப்போது இவருக்கு ஆட்டு வியாபாரம் உச்சத்திலிருந்தது.

இந்த ஆட்டு வியாபாரத்தை முதலில் இவருக்குப் பழக்கிவிட்டது மாமாதான். மாமா வாரத்தில் மூன்று சந்தைக்கு ஆடு வாங்கி ஓட்டிப் போவார். ஆடு பிடிக்கத் துணைக்கு ஆட்கள் இருப்பார்கள். ஆட்கள் கிடைக்காதபட்சம் சந்தைக்கு முந்தின சாயங்காலம் வந்து இவரைக் கூப்பிடுவார். இராவெல்லாம் பட்டி பட்டியாக அலைவார்கள் இவரும் மாமாவும். கொறங்காட்டு இட்டேரி அனாதரவாகக் கிடக்கும். ஆள்காட்டிக் குருவிகள் குரல் கொடுத்தவண்ணம் கூட வரும். தாயைப் பிரிந்த செம்மறியாட்டுக் குட்டிகளின் சப்தம் காதைப் பிளக்கும். குட்டிகளையெல்லாம் பிணைத்துச் சந்தை போய்ச்சேரும்போது விடிந்து கொண்டிருக்கும். விலை முடிந்து மொத்த வியாபாரிகள் ஆடுகளை லாரி ஏற்றும்போது இளமதியமாகிவிடும்.

மாமா தன் காலம் முழுவதும் நாணயமாகவே வியாபாரம் செய்தார். அந்த நாணயம் இவரிடமும் இருந்தது. மாமாவிற்குப் பின்னிட்டு, மாமாவின் வியாபாரம் இவருக்கு அமைந்தது. இவர் சம்பாதித்ததெல்லாம் ஆட்டு வியாபாரத்தில்தான். இந்த வீடு வாங்கியது உட்பட.

சந்தைக்கு வரும் எல்லா மொத்த வியாபாரிகளிடமும் இவருக்கு நல்ல உறவு இருந்தது. கடைசியாக, மொத்த வியாபாரிகளிலேயே சாய்புதான் இவர் ஆடுகளை வாங்கிக் கொண்டிருந்தார். சாய்புக்கு வயசான பின்பு இஸ்மாயில் வந்தான். இஸ்மாயிலுக்கு சாய்புவின் மகன் என்கிற பேரே நிறைய வியாபாரம் படிய ஏதுவாக இருந்தது.

எப்பவும் இஸ்மாயில் கைமேல பணம் பட்டுவாடா செய்வான். சந்தை கிராக்கியற்ற நாளிலும் வாங்கிக் குவிப்பான். பட்டியாடுகளை அழிக்க இஸ்மாயிலுக்குக் கேரளாவில் பெரிய களமிருந்தது.

நாளாவட்டத்தில் இஸ்மாயிலும் கடன் சொல்லத் தொடங்கினான். சந்தை இறங்கிப் போன நாளில் இவரும் கடன் விடுவார். மறுவாரச் சந்தைக்கு இடைப்பட்ட ஒரு நாளில் இவர் இஸ்மாயில் வீடு போய் பாக்கியை வசூலித்து வருவார். விற்றவர்களுக்கும் சொன்ன காலத்தில் பணம் போய்ச் சேர்ந்துவிடும். சுமுகமாக நடந்து கொண்டிருந்தது எல்லாம். செம்மறியாடும் இழுவை இல்லாத ஒரு நாளில் இஸ்மாயில் இவரைத் தனியாக அழைத்துப் போய்ப் பேசினான்.

“ஒரே நேரத்தில் இரண்டு தங்கச்சிகளுக்கும் கலியாணம் கூடிருச்சு கவுண்டரே...கொஞ்சம் பொறுத்துக்கிட்டீங்கன்னா கலியாணம் முடிஞ்ச மறுவாரத்துல உங்களுக்கு மொத்தமா கொடுத்துருவேன்...’’

இவருக்கு இஸ்மாயில் மேல் நம்பிக்கை இருந்தது. அந்த மாதமெல்லாம் இஸ்மாயிலுக்குக் கடனாகவே ஆடுகளை அனுப்பிக் கொண்டிருந்தார். கைக்காசெல்லாம் வியாபாரத்தில் போட்டுச் செய்தார். இவர் எதிர்பார்த்ததிற்கு முன்பே இஸ்மாயில் பணம் புரட்டி விட்டதாக தகவல் கொடுத்தான். இஸ்மாயிலைப் பார்க்கக் கிளம்பினார்.

பனி பெய்யும் மாதம். அன்றையக் காலை, குளிர் நிறைந்திருந்தது. பஸ்ஸுக்கு நிற்கும் போதுதான் சொன்னார்கள்.

“டவுன்ல இன்னிக்குக் குண்டு வெடிச்சிருச்சு. தெரியுமில்ல பெருத்த சேதமுன்னு பேசிக்கிறாங்க... இப்ப நீ போனீன்னா போலீஸூ டிம்மிய அரக்கீரும்.’’

இவருக்குப் பகீரென்றது. இருவாரம் கழித்து இஸ்மாயிலைப் பார்க்க டவுனுக்குப் போனார். சாய்புத் தெரு வெறிச்சென்றிருந்தது. காற்றில் புழுதி அலைந்தது. பழைய சாயலுக்குத் திரும்பாமலே இருந்தது. கடைகள் பூட்டிக் கிடந்தன. மனித முகங்கள் குறைந்து காணப்பட்டன. முச்சந்திகளில் போலீஸ் நின்றிருந்தார்கள். இவரைக்கூட நிறுத்தி விசாரித்தார்கள். அவமானமாக இருந்தது. சாய்பு வீடு பூட்டிக் கிடந்தது. பக்கத்து வீட்டுக்காரர்தான் சொன்னார்.

குண்டு வெடிச்சத்திலிருந்து இஸ்மாயில் காணலை... சாய்புவும் குடும்பத்தோட புள்ளையூருக்கு வடக்க எங்கேயோ போயிட்டாரு... எப்ப வருவாங்கன்னு செரியாத் தெரியல...

அன்றிரவு இவர் வீடு திரும்பியதும் விசயத்தைச் சொன்னார். லட்சுமி அழத் தொடங்கினாள். பெண்களும் சேர்ந்து அழுதார்கள். இவருக்கும் அழுகை உடைந்து கொண்டு வந்தது. அந்த வாரம் போனதும் ஆடு விற்றவர்கள் எல்லாம் வீட்டிற்கு வர ஆரம்பித்தார்கள். இவரால் சொல்லி முடியவில்லை. நகை நட்டையெல்லாம் விற்றுக் கொஞ்சப் பேரின் கடனை அடைத்தார். அப்படியும் சில பேரின் பாக்கி விட்டுப் போயிருந்தது. அவர்களுக்கெல்லாம் இவர் கடன்தாரர் ஆகிப் போனார். கூடிய சீக்கிரத்தில் இவரால் யார் முகத்திலும் முழிக்க முடியாமல் போனது.

ஆறு மாதம் கழித்து சாய்பு குடும்பம் வீடு திரும்பி விட்டதாகச் சேதி வந்தது. இவர் போய்ப் பார்த்தார். இவரைக் கண்டதும் சாய்பு குழந்தையைப் போலக் குலுங்கிக் குலுங்கி அழுதார். வெகுநேரத்திற்குப் பின்பு கண்களைத் துடைத்துக் கொண்டு பேசினார்.

"எப்படியும் இஸ்மாயில் திரும்பிடுவான்னு அல்லா எங்களுக்கு நம்பிக்கையூட்டிட்டு இருக்காரு... அவன் வந்ததும் உங்கக் கடனைக் கண்டிப்பா அடைச்சிடுவான்... பணம் போயிருமோன்னு பயப்பட வேண்டாம்... திடமாயிருங்க கவுண்டரே...''

இவர் திரும்பவும் இடையில் நான்கைந்து முறை போய் சாய்புவைப் பார்த்து வந்தார். இஸ்மாயில் திரும்பவேயில்லை. நாட்கள் பயமாகவே போய்க் கொண்டிருந்தன.

இன்று சாய்பு வந்ததும் முன்பு போலவே வரவேற்றார். எதிரிலேயே உட்கார்ந்து பேச ஆரம்பித்தார். சாய்புவின் முகம் விரக்தியிலிருப்பதுபோல இருந்தது. குரல்கூட கடினமாக வெளிப்பட்டது. விட்டுவிட்டுப் பேசினார்.

"கவுண்டரே...ஊட்டுல பொம்பளைங்க எல்லாம் இஸ்மாயில் போலீஸ் விசாரணைக்கு பயந்து ஓடிட்டான்னும் திரும்பி வந்திருவான்னும் நம்பிட்டிருக்காங்க.. எனக்கென்னமோ இனி அவன் திரும்பி வருவான்னு நம்பிக்கையில்ல... குண்டு வெடிப்புல சிக்கி செத்துட்டதாத்தான் தோணுது. இஸ்மாயில் போலீஸுக்கெல்லாம் பயந்து ஓடறவன் இல்ல...''

திடீரென அவருக்குப் பதில் பேச எதுவுமில்லை எனத் தோணியது. எழுந்து கொண்டார்.

"உங்களுக்குப் பணம் போயிருச்சோன்னு வருத்தம்... எனக்குப் பையனே போயிட்டானேன்னு வருத்தம்... இந்தச் சம்பவத்தால

ரெண்டு புள்ள கலியாணமும் நின்னுபோச்சு... இஸ்மாயில் இருந்து நடத்துவான்னு நெனைச்சிருந்தே... இப்ப என்ன செய்யறதுன்னே தெரியலே...''

கிளம்பி வெளியே வந்தார். இருள் கவியத் தொடங்கியிருந்தது. பஸ் ஏற்றிவிடும்வரை கூடவேவரும் சாய்பு இன்று வரக்காணோம். பஸ்ஸில் ஊருக்குத் திரும்பும்போது, கடன்காரர்கள் முகமெல்லாம் ஞாபகத்தில் வந்து கொண்டேயிருந்தது.

வீட்டிற்கு வந்தபோது எல்லோரும் உறங்கிப் போயிருந்தார்கள். இவர் படுத்தவுடன் லட்சுமி கேட்டாள்.

"சாய்பு பணம் குடுத்தாரா...?''

இவர் பதில் பேசவில்லை. மேலே விட்டத்தைப் பார்த்துக் கொண்டிருந்தார். லட்சுமி திரும்பிப் படுத்துப் பழையபடி உறங்கிப் போனாள். இவருக்கு வெகுநேரம் உறக்கம் வரவில்லை. எல்லாம் கை நழுவிப் போனதுபோல இருந்தது. விடியும் தறுவாயில் வந்து லட்சுமி எழுப்பினாள்.

"என்ன?''

"வெளியில் யாரோ உங்களை தேடிட்டு நிக்கறாங்க''

இவர் அவசரமாக எழுந்து உட்கார்ந்தார். பின்கட்டில் வெளிச்சம் பரவிக் கொண்டிருந்தது. மதில் மேல் காகம் கரையும் ஒலி கேட்டது.

- படித்துறை, சித்திரை 2004

ஆதாயவாதிகள்

திக்குக்கொன்றாய் மேகங்கள் அலைந்து கிடந்தன. நட்சத்திரங்கள் மங்கலாகப் பொலிவிழந்து காணப்பட்டன. நிலா மேற்கே இறங்கிக் கொண்டிருந்தது. வளர்பிறைக் காலம். வெளிச்சம் மங்கிக் கொண்டு வந்தது. புழுதிக்காட்டின் ஒற்றையடித் தடம் நாகசர்ப்பம் போல நெளிந்து போய்க் கொண்டிருந்தது. கோடைக்காற்று செம்புழுதியை இறைத்தவண்ணம் போயிற்று. ஆவாரஞ்செடியின் வறண்ட காய்கள் சலசலத்தன. மரங்கள் வளைந்து நிமிர்ந்தன. கோடைக்காற்றின் வேகம் அதிகமாகிக் கொண்டேயிருந்தது. காற்று மரங்களினூடே புகுந்து பயப்படும்படியான சப்தம் எழுப்பியது. இவன் நடந்தபடியே முன்னால் நடந்து கொண்டிருந்த கந்தசாமியின் தோளைத் தொட்டுக் கேட்டான்.

“இன்னும் எவ்ளோ தூரம் போகணும்?''

“கொஞ்சம் தூரந்தான்... ரண்டு காடு தாண்டினாபோதும்... ஆறும் தோப்பும் தெரியும்...''

“தோப்புல... காவலுக்கு ஆளுக இருப்பானுகளா?''

“ம்ம்... கருமுட்டியும் அழகிரியும்தான் போதையில கெடப்பானுக...''

“புடிக்கும்போது சேவ... சத்தம் போடாதா?''

“போடும்... அதுக்குத்தான் ஈரத்துணி வச்சிருக்கோம்ல... அப்படியே சேவல மூடிட்டா கத்தாது...''

“எனக்கென்னமோ இது வெவகாரமா முடியப் போகுதுன்னு படுது...''

“ஒண்ணும் நடக்காது... நீ வாயெ மூடிக்கிட்டு சித்த சும்மா வா...''

இவன் மேற்கொண்டு பேசாமல் கந்தசாமியைப் பின்தொடர்ந்து நடந்தான். கந்தசாமி எட்டுக்கு எட்டு விரைவாக போய்க் கொண்டேயிருந்தான். இவனும் எட்டி நடந்து பார்த்தான். கந்தசாமியோடு நடக்க முடியவில்லை. உடம்பு வேர்த்தது இவனுக்கு. காற்று சப்தமெழுப்பியபடியே இருந்தது.

'கொறங்காடுகள்' எதிர்ப்பட்டன. கந்தசாமி கிளுவை வேலியில் 'தொக்கடா' தேடினான். பகலிலேயே இங்கு வந்து ஒவ்வொரு வேலியாக தொக்கடா போட்டு வைத்திருந்தான். வேலிக்குள் எதுவோ சரசரவென்று போயிற்று. இருவரும் நின்று பார்த்துவிட்டு வேலியை ஒட்டியே நடந்தார்கள். வேலியின் கிழக்குப் படர்ந்த நிழலில் வெள்ளெலிகள் அலைந்தபடியிருந்தன. இவன் கந்தசாமியிடம் கேட்டான்.

"என்ன தொக்கடா சிக்கலியா...?''

"ஆமா...?''

"நீதானே போட்டுவச்சே...?''

"நாந்தா போட்டு வச்சே... இப்போ இருட்டுல ஒரு நெகாரும் கெடைக்கமாட்டேங்குது...''

இவன் சுமந்து வந்த சாக்குப் பையை தோள் மாற்றிக் கொண்டான். கந்தசாமி வெகுநேரம் தேடித்தான் தொக்கடா கண்டுபிடித்தான். தொக்கடாவைக் கண்டதும் கந்தசாமிக்கு சிரிப்பு வந்தது. பின்பு இவனைப் பார்த்துச் சொன்னான்.

"ம்ம்ம்... ஏறி அந்தல்லையில குதி...''

கந்தசாமி இவனிடமிருந்து சாக்குப்பையை வாங்கிக் கொண்டான். வேலியை எட்டி வீசினான். இவன் தாண்டிய பின்பு கந்தசாமி தாண்டி வந்தான். இவன் குனிந்து சாக்குப்பையை எடுத்துக் கொண்டான். பகலின் உக்கிரத்தில் நிலம் இன்னும் வெம்பிக் கொண்டிருந்தது.

இருவரும் கொறங்காட்டு வெளியில் நடந்தார்கள். கொழுக்கட்டைப் புல் வறண்டு கிடந்தன. காய்ந்து நின்ற ஊசிப்புல் வேட்டியைக் குத்தியது. செருப்புக்காலில் நறநறவென மிதிபட்டது. மனித வாசனை பட்டதும் ஆள்காட்டி குருவிகள் எழுந்து கத்தின. காடெங்கும் அடர்ந்து நின்ற வேலா மரங்களின் அடியில் நிழல் கட்டிப் போயிருந்தது. வேலி எதிர்பட்டபோதெல்லாம் தொக்கடாக்கள் தயாராகவே இருந்தன. சிரமமில்லாமல் தாண்டித் தாண்டிப் போக முடிந்தது.

அமராவதி ஆறு வந்தது. ஆற்றில் தண்ணீர் இல்லை. மணலாகக் கிடந்தது. அக்கரைமேட்டு நாணலுக்கிடையே சாராயம் காய்ந்து கொண்டிருந்தது. புகை மண்டலம் மேலே போவது தெரிந்தது. மங்கலாக. கந்தசாமி மணலில் உட்கார்ந்து ஊற்று தோண்டினான். இவனுக்கும் தாகம் எடுத்தது. கந்தசாமி பக்கத்தில் உட்கார்ந்து கொண்டான், தண்ணீர் குடித்துவிட்டு கந்தசாமி பீடி பற்ற வைத்தான். இவனும் பற்ற வைத்துக் கொண்டான்.

அக்கரைக்கு அப்பால் வயல் பரப்பின் நடுவே ஊர் கவுண்டரின் தென்னந்தோப்பு தெரிந்தது. தோப்பில் மின்சார விளக்கு எரிந்தது. கந்தசாமி தோப்பையே பார்த்தபடியிருந்தான். ஐங்காதவெளி எங்கும் நிசப்தம் கவிழ்ந்து போயிருந்தது. பாறை இடுக்குகளிலிருந்து தவளையின் சப்தம் விட்டுவிட்டுக் கேட்டது. இவன் பீடியை அணைத்துவிட்டுப் பேசினான்.

"நேரம் இப்போ என்ன இருக்கும்...?''

"நடுச்சாமம் இருக்கும்...''

"ஏன் இங்கேயே உக்கார்ந்துட்டே...?''

"நெலா எறங்கட்டும் போலாம்''

"ஆமா நெலா எறங்கறவரைக்கும் உக்காந்திருந்தா சேவக் கூவிரும்''

கந்தசாமி பதில் பேசவில்லை. சிரித்தான்.

ஆறு மாதத்திற்கு முன்பு சின்னப்ப ஆசாரியின் வீட்டில்தான் முதன்முதலாக கோழிகள் திருட்டுப் போயின. இத்தனைக்கும் சின்னப்ப ஆசாரியின் வீடு புள்ளையார் கோவிலை ஒட்டி இருந்தது. வீட்டின் பின்புறம் பொடக்காலியில் சால் கொண்டு அடைத்திருந்த இரண்டு சேவலும் ஒரு வெடையும் காணாமல் போயிற்று. விடிந்ததும் கோழிகளைத் திறந்துவிடப்போய் பார்த்தபொழுதுதான் கோழிகள் திருட்டுப் போயிருப்பதை ஆசாரி கண்டுகொண்டார். அக்கம் பக்கத்தில் சொன்னார்.

ஆசாரியின் கோழிகள் திருட்டுப் போனதை முதலில் ஊருக்குள் யாரும் பெரிதாக எடுத்துக் கொள்ளவில்லை. ஏதாவது நாய் நரி புடிச்சிட்டுப் போயிருக்கும் என்றார்கள். ஊர்சனங்கள் அப்படிச் சொல்வதற்கும் காரணமிருந்தது. அப்போது மேகாடெல்லாம் அழிந்து கொண்டுவரும் காலமாக இருந்தது. குடியானவர்கள் சோளத்திட்டு

பிடுங்கி குச்சு ஊனிக் கொண்டிருந்தார்கள். திருடர்கள் ஒளிந்து கொள்ள ஏதுவான இடமின்றி காடு தரிசானபடியிருந்தது. பின்னிரவில் பனி பெய்வதும் குறைந்திருந்தது. கோழி கூப்பிடவே ஆட்களின் நடமாட்டம் நாலாதிக்கிலும் இருந்தது.

அந்த வாரமெல்லாம் எந்தவித அசம்பாவிதமும் இன்றிக் கழிந்தன. சின்னப்ப ஆசாரியின் கோழித் திருட்டை ஊரில் எல்லாரும் மறந்தே போய்விட்டிருந்தார்கள். சின்னப்ப ஆசாரி மட்டும் திருடனை விசாரித்தபடி இருந்தார். திடீரென ஒரு விடியற்காலையில் கோழித் திருட்டு ஊரைப் பற்றிக் கொண்டது.

இந்த முறை குப்புசாமிக் கவுண்டரின் தோட்டத்தில் கோழிகள் திருட்டுப் போயிருந்தன. ஆட்டுப் பெட்டி கொடாப்பில் அடைந்திருந்த இரண்டு கட்டுசேவல்களைக் காணவில்லை. பட்டிக்கு உள்ளே வெளியே என இரண்டு நாய்கள் காவலிருந்தன. ஆனால், திருடர்கள் சுவடேயில்லாமல் அடித்திருந்தனர். வண்டிக் குடிசில் அன்றைக்கு என குப்புசாமி கவுண்டர் படுக்காமல் போய்விட்டார்.

ஆள் வருமுன் எப்படியோ தகவல்கள் வந்துவிடுகின்றன. ஊருக்குள் குப்புசாமி கவுண்டர், தெற்கு வளவுச் சனங்களை கூட்டிக் கொண்டு தலைவாசல் வந்தபோது, பொழுது கிளம்பியிருந்தது. ஊர் கவுண்டருக்கும் ஆள் அனுப்பப்பட்டது. ஊர்க் கவுண்டர் வந்தவுடன் குப்புசாமிக் கவுண்டர் சப்தம் போட்டுப் பேசினார். வெகு சுலுவாக திருடும் திருடர்களைக் குறித்து மற்றவர்களும் பேசினார்கள். பெண்கள் சாபமிட்டார்கள் திருடர்களை. ஊர்க் கவுண்டர் எல்லாம் கேட்டுவிட்டுக் கடைசியாகச் சொன்னார்.

“நீங்க எல்லாரும் வேய்க்கானமாயிருந்து திருடறவன் யாருன்னு பார்த்துச் சொல்லுங்க... நா... அவனெ வெசாரிச்சு போலீசுல புடிச்சு கொடுக்கறே...'' கூட்டம் மெல்லக் கலைந்தது. மேகாற்று சுழன்று அடித்தபடியிருந்தது. அன்று மதியம் ஊர் மடத்திண்ணையில் உட்கார்ந்திருக்கும் வயதானவர்கள் கோழித் திருட்டைப் பற்றியே பேசிக் கொண்டிருந்தார்கள். மற்றவர்களும் சேர்ந்து கொண்டபோது, விவாதம் இரவெல்லாம் நடந்தது. பழைய திருட்டுப் பயல்களின் பெயரையெல்லாம் ஞாபகப்படுத்திப் பார்த்தார்கள். ஆளாளுக்கு ஒருவன் மேல் குற்றம் சுமத்தினார்கள். எவன் வீட்டில் கவுச்சி வாசம் அடித்தது என விசாரித்தார்கள். திருடனைப் பற்றிய துப்பு அகப்படவேயில்லை.

இரண்டு தினங்கள் போயின. திரும்பவும் மேற்கே கோவில் பாளையத்தில் கோழி திருட்டுப் போயிருந்தது. மாதாரி வளவுக்குள் மூன்று இடங்களில் திருட்டுப் போயிருந்தன. சனங்கள் வேலைக் காட்டிற்குக்கூடச் செல்லாமல் ஊர்க் கவுண்டர் வீட்டின்முன் குழுமி விட்டார்கள். மேற்கு வளவு வீதியே பேச்சரவமாகக் கிடந்தது. ஊர்க் கவுண்டர் சமாதானப்படுத்தி அனுப்பிக் கொண்டிருந்தார். கடைசியாக ஒரு வயதானவன் ஊர்க்கவுண்டர் காலில் விழுந்து அழுதான்.

தொழிலாளி ஊட்டுலேயே திருடுனா, நாங்க எல்லாம் இந்த ஊர்ல குடியிருக்கறதா வேணாமா... சொல்லுங்க சாமீ...

அன்று இரவு ஊர்க்கூட்டம் கூடியது. பக்கத்து ஊர்களிலிருந்துகூட சனங்கள் வந்திருந்தார்கள். ஆனால், ஒரு முடிவும் எடுக்க முடியவில்லை. சாமம் தாண்டிக்கூட வெறும்பேச்சு நடந்தபடியிருந்தது.

மறுதினங்களிலிருந்து ஒவ்வொருவரும் கோழிகளைப் பாதுகாப்பான இடங்களிலேயே அடைத்தனர். காவலிருந்தனர். திண்ணையில் மக்கிரி கொண்டு கோழிகளை மூடி அதன் பக்கத்திலேயே படுத்திருந்தவர்களும் உண்டு. அப்படியிருந்தும் கோழி திருட்டுபோய்க்கொண்டேதான் இருந்தது. தினமும் விடிந்ததும் கோழிகள் திருட்டுப் போன சேதி ஊருக்குள் வந்தபடியேதான் இருந்தது. ஒவ்வொருநாளும் இரண்டு மூன்று இடங்கள் என பட்டியல் நீண்டு கொண்டேயிருந்தன. ஊரில் யாருக்கும் நிம்மதியான தூக்கமின்றியே அடுத்து வந்த இரவுகள் கழிந்தன. கோழிகள் இல்லாதவர்கள்கூட ஆடு மாட்டிற்காகப் பட்டி களிலும் கட்டுத் தறிகளிலும் காவல் கிடந்து தூக்கமிழந்தனர்.

அப்போது மாசி மாதம் முடியும் தறுவாயில் இருந்தது. உப்புக் காலமும் தொடங்கிவிட்டது. வானம் கார்மழைக்கான முகாந்திரம் செய்து கொண்டிருந்தது. அடிவானம் மின்னிய ஒரு நடுச்சாமத்தில் கந்த சாமியின் சப்தம் ஊரையே உலுக்கிற்று. வடக்கு வளவில் நின்று அவன் சப்தமிட்டுக் கொண்டிருந்தான். அதற்குள் வேறு பேச்சுக் கேட்டது. ஆளுக்கு முந்தி நாய்கள் எழுந்து குரைத்தன.

"கோழி திருடே... கோழி திருடே..."

"எங்கே... எங்கே..."

"இதோ இந்த பக்கமா... ஓடறான்"

"எத்தன பேரு...?"

"ஒருத்தந்தான்."

"என்னது ஒருத்தந்தானா.... உன்ற கோழி என்னாச்சு..."

“சத்தம் போட்டதுல வீசிட்டு ஓடிட்டான்''

“சீமைக்கா போயிருவா... வாங்கய்யா தொரத்துவோம்''

இவனும் எழுந்து ஊரின் பின்னே ஓடினான். போகும் வழியில் கையில் பெரிய கல்லை எடுத்துக் கொண்டான். ஊர் தாண்டி ஆறு செல்லும் இட்டேரியில் கூட்டம் ஓடிக் கொண்டிருந்தது. இவனுக்கும் முன்னால் யாரோ ஓடுவது மாதிரிதான் தெரிந்தது. இன்றே திருடன் அகப்பட்டுக் கொண்டால் தேவலை என நினைத்தான். இனிமேல் திருட்டுப் பயமின்றி நிம்மதியாகத் தூங்கலாம் என்றுமிருந்தது.

அவசரத்தில் செருப்புப் போடாமல் வந்துவிட்டவர்கள், காலில் முள் ஏறி விட்டவர்கள் என சிலர் ஒதுங்கி நின்று கொண்டார்கள். தூரத்தில் கூட்டம் ஆறு போய்த்தான் நின்றது. இவனுக்கு நெற்றியில் வேர்த்துவிட்டது. முன்னால் ஓடிய கந்தசாமிதான் திரும்பி கூட்டத்தைப் பார்த்துச் சொன்னான்.

“திருடன்... இங்கே நாணலுக்குள்ளதான் போனான்''

கூட்டம் கரைமேட்டிலேயே நின்று கொண்டது. கந்தசாமி, இவன், சின்னப்ப ஆசாரி, குப்புசாமிக் கவுண்டர் என குறிப்பிட்டவர்கள் மட்டுமே அக்கரை ஏறினார்கள். மணல் எடுத்த குழிகளில் தண்ணீர் தேங்கியிருந்தது. நாணல் புதருக்குள்ளே போய் தேடிப் பார்த்தார்கள். நாணல் பூவெடுக்கும் பருவமாதலால் சுனை வாசனை கண்டிருந்தது. சாராயம் காய்ச்சுபவர்கள்தான் வட்டமாக உட்கார்ந்திருந்தனர். பீடி புகைத்தபடி பேசிக் கொண்டிருந்தனர். எல்லோர் முகத்திலும் தூக்கக் கலக்கமிருந்தது. அவர்கள் யாரும் ஓடிவந்த மாதிரி தெரியவில்லை. உடம்பு வேர்த்திருக்கவில்லை. மூச்சு வாங்கவில்லை.

இவர்கள் திரும்பிவிட்டனர். இக்கரை வந்து சேர்ந்தபோது கூட்டத்தில் பாதிக்குமேல் கலைந்து போயிருந்தது. ஊர் வரும்வரை சனங்கள் பலரும் பலவாறு பேசியபடியே வந்தனர்.

“அநேகமாக திருடன் கள்ளச் சாராயங் காய்ச்சுறவன்ல ஒருத்தனாத்தான் இருப்பான்... அவனுக முழியே சரியில்லே...''

“ஒருத்தனே யாருக்கும் சிக்காம, இம்முட்டு கோழிகளையும் திருடுனான்னா ஆச்சரியமா இருக்குல்ல...''

“பின்னே... ஒருத்தனே திருடாம... கோழி திருடவெல்லாம் என்ன பெரிய்ய... கேங்கா வெச்சுக்கிட்டு திருடுவான்...''

“வேண்ணா பாரேன்.. பல நாள் திருடன் ஒருநாள் சிக்குவான்னு இவனுகளும் சீக்கிரம் சிக்கிருவானுக...''

“எங்க சிக்கப்போறான்... இப்ப திருடன் நாணலுக்குள்ள ஒழிஞ்சுக் கிட்டா.. நாமெல்லாம் போயி... சாராயங்காச்சுறத வேடிக்க பார்த்துட்டு வாரோம்... ஏதோ ரோந்துக்குப் போற ரெட்டாப் பறையனாட்ட நடுச்சாமத்துல த்துப்பூ... இது என்ன பொழப்பு போ...''

ஊர் தலைவாசல் வந்ததும் சனங்கள் அவரவர்கள் பாட்டுக்கு பிரிந்து போனார்கள். கந்தசாமி இவனை நிறுத்தி காதருகில் குசுகுசுவென்று சொன்னான்.

“எனக்கென்னமோ திருடன் கருமுட்டி மாதிரிதான் தெரிஞ்சது இன்னிக்கு அவென் ஊர் கவுண்டர்கிட்ட வேலை செய்யறான்... எப்படி திடீர்ன்னு சந்தேகப்படறது... அப்படியே ஊர் கவுண்டர் கிட்டபோய் நாம கருமுட்டிதான் கோழி பிடிக்கறதுன்னு எப்படி நிரூபிக்கறது...'' இவன் வெகுநேரம் பேசவில்லை. பின் பேசினான்.

“அப்ப ஒண்ணு செய்வோமா?''

“என்ன?''

“இப்பப்போயி கருமுட்டி ஊட்டுல இருக்கானான்னு பார்ப்போம். அவனில்லீனா நீ சந்தேகப்பட்டது செரிதான்...''

இவனும் கந்தசாமியும் மேற்கு வளவு போனார்கள். வெளிப்புறம் எறப்புக் கொண்ட வீடு கருமுட்டியினுடையது. கந்தசாமிதான் கதவைத் தட்டினான். உள்ளேயிருந்து முனகலாய்ப் பெண்குரல் கேட்டது.

“ஆரது...''

“நாந்தான்.. வடக்கு வளவு கந்தசாமி...''

உள்ளே தாழ்விலக்கும் சப்தம் கேட்டது. கதவு திறந்து கருமுட்டியின் பெண்டாட்டி வெளியே வந்தாள். தூக்கச் சடைவில் சோம்பல் முறித்தாள். கந்தசாமியே விசாரித்தான்.

“அண்ணன் இல்லீங்களா...?''

“அவுங்க இன்னிக்கு தோப்புல ஏதோ வேலையின்னு போயிட்டாங்க... ஏங்கேக்கறீங்க..?''

“இல்லே... இப்போ... கோழி திருடன் இந்த பக்கமாத்தான் ஓடினான்... உங்க கோழியெல்லாம் பத்தரமா இருக்கான்னு பாக்கச் சொல்லலாமுன்னு வந்தோம்.''

கருமுட்டியின் பெண்டாட்டி உள்ளே போய் அரிக்கேன் விளக்கை எடுத்து வந்தாள். கோழிக்கூண்டு சுத்துத் திண்ணையடியில் இருந்தது. கோழிகள் பத்திரமாகப் படுத்திருந்தன.

இவன் கந்தசாமியைப் பார்த்தான். கந்தசாமி ஜாடை காட்டிவிட்டு தெற்கே நடந்தான். வீட்டிற்கு வந்தனர். அப்போது தலைவாசல் பக்கம் நிறைய பேச்சுக்குரல் கேட்டது. இருவரும் தலைவாசலுக்குப் போனார்கள்.

பிள்ளையார்கோவில் சிமெண்ட் திண்டில் நிறைய பேர் உட்கார்ந் திருந்தனர். சிலர் நின்று கொண்டும் நடந்தபடியும் இருந்தனர். அவர்கள் முகம் கலவரப்பட்டுக் கிடந்தது. கந்தசாமிதான் அவர்களைப் பார்த்துக் கேட்டான்.

"என்ன நடந்தது இப்போ?''

"நாமெல்லாம் திருடன தொர்த்திக்கிட்டு ஆத்துப் பக்கம் ஓடினோம்ல... அப்போ இங்கே எவனோ பூந்து கோழியெல்லாம் அடிச்சுட்டுப் போயிட்டான்... திருடன் ஒருத்தனில்லே ரெண்டு பேத்துக்கு மேலே இருப்பான்னு தெரியுது...''

"இப்ப... நாம என்ன செய்யறது...?''

"என்ன செய்யறதா... காலையில் ஊர் கவுண்டரப் பாத்துப் பேசி இதுக்கு ஒரு முடிவு கட்டியாகணும். இல்ல இப்படியே உட்டோமுனா அப்புறம் நம்மல ஊர்க்குள்ள கோழி வளக்கவுடாமப் பண்ணிப்புடுவானுக திருட்டுப் பயலுக...''

அவர்கள் தங்களுக்குள் ஏதேதோ பேசிக் கொண்டேயிருந்தனர். கந்தசாமி இவனைக் கூட்டிக் கொண்டு வீட்டுத் திண்ணைக்கு வந்தான். உட்கார்ந்தான். வெகுநேரம் இருவரும் பேசிக் கொள்ளவில்லை. வீதியெங்கும் சனங்கள் நடந்தபடியே இருந்தனர். இவன்தான் பேசினான்.

"திருடன் நம்கூட இருக்கற ஏதோ ஒரு உள்ளாளாகத்தான் இருக்கணு முன்னு தோணுது... நீ என்ன நெனைக்கற கந்தசாமி...?''

"நானும் அப்படித்தான் நெனைக்கறேன்..?''

"உள்ளாள் ஆருன்னு பாத்து வெச்சு கையும் களவுமாகப் புடிச்சோம்னாதான் கோழி களவு போறதெ தடுக்க முடியும்..?''

இவர்கள் பேசிக் கொண்டிருந்தபோது, அங்கே குப்புசாமிக் கவுண்டர் அவசரமாக வந்தார். கந்தசாமிதான் திண்ணையிலிருந்து

எழுந்து கொண்டே அவரைப் பார்த்துக் கேட்டான்.

"என்ன சித்தப்பா இந்நேரத்துல ஏதாவது சோலியா...?''

"சோலியெல்லாம் ஒன்னுமில்ல... திருடன் ஆருன்னு கண்டு பிடிச்சிட்டேன்...''

"நெஜமாச் சொல்லறீங்களா..?''

"ஆமா..?

ஆரு சித்தப்பா அது...?''

"வேற ஆருமில்ல நம்ம அழகிரி மூப்பன்தான் அது... அவன் தான் கொஞ்ச நேரத்துக்கு முன்னால திருடின ஊர்க் கோழியெல்லாம் புடிச்சு சாக்குல போட்டுக்கிட்டு ஊர் கவுண்டர் ஊட்டு பொறக்கூட கதவு வழியே உள்ள போனதெ நாங் கண்ணால பார்த்தேன்... இதுல ஊர் கவுண்டருக்குப் பங்கிருக்கு... அந்த ஆளு பெரிய மனுசனாட்டம் நடிச்சுக்கிட்டு நம்மையெல்லாம் ஏமாத்தறாரு... ஊர் கவுண்டர்தான் அழகிரி மூப்பனையும் கருமுட்டியையும் ஏவிவிட்டு ஊர் கோழியெல்லாம் புடிக்கச் சொல்லி ராத்திரிக்கு தண்ணி அடிச்சிட்டு... கறி வறுத்துத் திங்கறாரு... இந்நேரம் ஊர் கவுண்டர் ஊட்டு பொறக்கடையில வறுவல் நடந்திட்டு இருக்கும்... வேண்ணா போயி பாரு... நாஞ்சொல்லறது பொய்யான்னு.... இப்ப நா பட்டிக்கு படுக்கபோறே. ஆளில்லீனா இந்த நாய்க ஆடுகளையே புடிச்சுட்டு போனாலும் போயிரும்.''

குப்புசாமிக் கவுண்டர் போய்விட்டார். இவன் யோசித்தபடி இருந்தான். கந்தசாமி மெல்ல சிரித்துக் கொண்டே கேட்டான்.

"நாம இப்ப.. ஊர் கவுண்டர் ஊடுவரைக்கும் ஒரு நடைபோயிட்டு வரலாமா?''

"எதுக்கு?''

"சித்தப்பா சொன்னது நெஜமான்னு பாக்கறதுக்கு''

இவன் சரியென்று தலையசைத்தான். உள்ளே போய் பேட்டரி லைட் எடுத்துக் கொண்டு வந்தான். கந்தசாமி வீதியில் இறங்கியதும் தேவையில்லாமல் இவன் லைட்டைப் பிடித்தபடியே வந்தான். ஒவ்வொரு வீடுகளின் உள்ளேயிருந்தும் பேச்சு சப்தம் கேட்டது. கோழிகள் திருட்டுப் போன அமளியில் இன்னும் யாரும் சரியாகத் தூங்கவில்லை என்பது தெரிந்தது. நாய்கள் குரைப்பதுகூட அடங்கிக்

கொண்டு வந்தது. நடுச்சாமம் தாண்டிப் போயிருந்தது. வெக்கை காலத்திற்கே உண்டான பின்னிரவுக் குளிர் இறங்கியிருந்தது.

ஊர்க் கவுண்டரின் மச்சுவீடு மின்சாரவெளிச்சத்தில் ஆழ்ந்து போயிருந்தது. பத்தங்கணம் விஸ்தீரணங் கொண்டது. வாசலில் இரண்டு கோம்பை நாய்கள் உலாத்திக் கொண்டிருந்தன. இவர்களைக் கண்டதும் தாவிக் கொண்டு வந்தன. இரும்பு கிராதிக் கேட்டின் மேலேறி தாவிக் குரைத்தன. இவன் சற்று தள்ளி நின்று கொண்டான். கந்தசாமி நாய்களை முடுக்கிக் கொண்டேயிருந்தான். "உடே... உடே... உடே..."

வெகுநேரம் போயிற்று. ஊர்க்கவுண்டர் வெளியே வந்தார். தோளில் துண்டு போர்த்தியிருந்தார். நாய்கள் குறிப்பறிந்ததுபோல் அடங்கின. ஊர்க்கவுண்டரிடம் பம்பின. வாசலில் நின்று கொண்டே சப்தம் போட்டார்.

"ஆர்ரா அது... அர்த்தசாமத்துல..."

"நாந்தா மாமோய் வடக்கு வளவு கந்தசாமி.."

"கூட நிக்கிறது?"

"புதூட்டு கோவாலு"

"அட மாப்புள்ளைகளுக்கு இந்நேரத்துல என்ன தலபோற சோலி..."

"தல போற சோலிதா மாமா... கொஞ்சம் வெவரமாப் பேசணும். உள்ளே வரலாமா..."

"தாடாத்தியமா... மாப்புள்ளைகளுக்கு இல்லாத உரிமையா இந்தூட்டுல, வாங்க..."

ஊர் கவுண்டர் கேட்டைத் திறந்து விட்டார். இவனும் கந்தசாமியும் நாய்களுக்குப் பயந்து கொண்டு ஊர் கவுண்டர் பின்னே ஒளிந்து நடந்தார்கள். ஆசாரத்துக்குள் போனதும் இவர்களை ஊர் கவுண்டர் உட்காரச் சொன்னார். எதிரிலேயே உட்கார்ந்து கொண்டார். உள் அறைக்குள் பிரம்பு நாற்காலி இருப்பது தெரிந்தது.

ஊர் கவுண்டரிடம் மேல்நாட்டு சரக்கின் வாசம் வீசியது. கண்கள் சிவந்து அரைப் போதையில் இருந்தார். பின்கட்டில் லேசான முனகல் கேட்டது. கொஞ்ச நேரம் கழித்து கந்தசாமிதான் பேசினான்.

"பின்னால் ஆரோ குசுகுசுன்னு பேசறாப்புல இருக்குதுங்க மாமா...?"

அதுவா நம்ம அழகிரி மூப்பனும் கருமுட்டியுந்தான்... இன்னிக்கு சாயந்தரம் நம்ம சகலையோட கோழிப் பண்ணையில் பிராய்லர் கோழி நெறைய செத்திருச்சாம்... இங்க குடுத்து அனுப்புச்சுட்டாரு... இன்னிக்கு வேற சனிக்கிழமையா போச்சா... உங்க அக்காகாரி ஊட்டுக்குள்ள வச்சு வறுக்கக் கூடாதுன்னுட்டா அதுதா பின்னால வச்சு வறுக்கறோம்.

ஊர்க் கவுண்டர் சொல்லி முடிந்ததும் கந்தசாமி இவனைப் பார்த்தான். இவனுக்கும் குப்புசாமிக் கவுண்டர் சொன்னதில் நிஜம் இருப்பதுபோல் பட்டது. பின் ஊர் கவுண்டர் இவர்களிடம் கேட்டார்.

"என்ன மாப்பிள்ளே... நீங்க ரெண்டு பேரும் சிக்கன் வறுவல் சாப்பிடறீங்களா..?''

"வேணாம் மாமா...''

"என்ன வேணாமுன்னுட்டு... ஊடுதேடி வந்த உங்கள வுட்டுட்டு நாமட்டும் தனியா சாப்பிட்டா நல்லாவா இருக்கும் வாங்க...''

ஊர்க் கவுண்டர் இவனையும் கந்தசாமியையும் பின்கட்டுக்கு அழைத்துப் போனார். வலுக்கட்டாயமாக! பின்கட்டெங்கும் மசால் வாசனை அடித்தது. கருமுட்டி அடுப்புத் தணலில் குளிர் காய்ந்து கொண்டிருந்தான். அழகிரி மூப்பனுக்கு முன்பு சாராயப் பாட்டிலும் டம்ளரும் கிடந்தது. இவர்களைக் கண்டதும் அழகிரி மூப்பன் எழுந்து போய் மூன்று தட்டில் வறுவல் போட்டுக் கொண்டு வந்து இவர்கள் முன்னால் வைத்தான். டம்ளரைக் கழுவி சாராயம் ஊற்றி வைத்தான். இவனும் கந்தசாமியும் ஊர்க் கவுண்டரைப் பார்த்தார்கள்.

ஊர்க் கவுண்டர் ஒரு டம்ளரை கையில் எடுத்துக் கொண்டு சொன்னார்.

"அட ஏம்மாப்புளே பாக்கறீங்க... ஒரு கௌாசுதானே சும்மா அடீங்க.''

கந்தசாமி கண்களை மூடிக்கொண்டு மொடக்மொடக்கென்று குடித்தான். குடித்துவிட்டு பெருமூச்சு விட்டான். இவனுக்கு குடித்ததும் புரை தட்டியது. அவ்வளவு காட்டமான சரக்காக இருந்தது. முதல் காடியில் இறக்கியிருக்க வேண்டும்போல் தோணியது. இருவருக்கும் வாழ்நாளில் இதுமாதிரியான சரக்கு குடித்ததில்லை எனப்பட்டது. வறுவலில் அலாதியான ருசி இருந்தது. நாட்டுக் கோழிக்கே உண்டான தனி ருசி. பிராய்லர் கோழிக்கறி இவனும் நிறையத் தடவை சாப்பிட்டிருக்கிறான். இந்த அளவு ருசி இருந்ததில்லை.

ஊர்க் கவுண்டர் டம்ளரை காலி செய்துவிட்டு வறுவலைக் கொறிக்க ஆரம்பித்தார். பின் கந்தசாமி தோளைத் தட்டியபடி கேட்டார்.

“ஏதோ தலெ போற சோலி வெவரமா பேசணுமுனு சொன்னீங்க எதுவும் பேசலையே...’’

“பேசறதுக்கு இப்ப ஒண்ணுமில்லையின்னு தோணுது மாமா...’’ கந்தசாமி படக்கென்று சொன்னான்.

“என்ன மாப்ளே பொடி வச்சு பேசறீங்க... சரி சரி ஏதாயிருந்தாலும் வெடியால வெவரமாப் பேசுவோம்.’’

ஊர்க் கவுண்டர் தனக்குத்தானே சமாதானம் சொல்லிக் கொண்டார்.

இவனும் கந்தசாமியும் கைகழுவ எழுந்தபோதுதான் சற்றுத் தள்ளி வைத்திருந்த மூங்கில் கூடையைக் கவனித்தனர். கூடைக்குள் வண்ண வண்ணமான பொசுக்கிய கோழிப் பொங்குகள் காற்றுக்கு அடித்துப் போகாமல் அமுக்கி வைக்கப்பட்டிருந்தன. பிராய்லர் கோழிப் பொங்குகள் வெள்ளையாக அல்லவா இருக்கும்?

இருவரும் யோசித்தபடியே கந்தசாமியின் வீட்டுக்கு வந்தனர். போதை ஏறியபடியிருந்தது. தூக்கம் கண்ணைச் சொருகிக் கொண்டு வந்தது.

இந்தச் சம்பவம் நடந்த ஒரு வாரம் கழித்து இவன் கருமுட்டியை ஊர்மந்தையில் குறுக்காட்டிக் கேட்டான்.

“ஏம்ப்பா நீதா கோழி புடிக்கறேன்னு ஊரே பேசிக்குது... இனிமேலாவது கோழி திருடறதெ உட்டுப்போட்டு ஒழுங்கா பொழைக்கற வழிய பாக்கலாமுல்ல... நீ புள்ளகுட்டிகார வேற...’’

“நாங் கோழி புடிச்சத நீ கண்ணால பாத்தயா கோவாலு... ஊர்ல எவனோ நாயமத்த பயலுக சொல்லறான்னு நீயும் என்னெ கேக்கறியே... இனி திருடன் நாந்தான்னு ருசுப்படுத்தாம எம்முன்னால வந்து நாந்தான் கோழி புடிக்கறேன்னு எவனாவது சொல்லட்டு.... தேவடியாப் பயல செவுட்டுல அறையாம உடமாட்டேன்.’’

“ஊர்க் கவுண்டர் உங்களுக்கு சப்போர்ட்டுங்கற திமிர்ல பேசறீன்னு நெனைக்கறேன்.’’

“ஆமா திமிர்லதான் பேசறேன். இன்னும் உண்மையைச் சொன்னா நானும் அழகிரியும் சேந்துதான் கோழி புடிக்கறோம். தெனமும் ஊர்க்கவுண்டரோட சேந்து வறுத்து திங்கறோம். உங்களால என்ன செய்ய முடியுமோ செய்யுங்க... அதவுட்டுப்போட்டு தடம்

வழியெல்லாம் குறுக்காட்டி கேட்டுக்கிட்டு த்ப்பூ போக்கத்த பயலுக..''

கருமுட்டி தொடர்ந்து தூஷணையாகவே பேசினான். இவன் பொங்கி வந்த கோபத்தை அடக்கிக் கொண்டான்.

கந்தசாமி இதேமாதிரி ஊர்க் கவுண்டரிடம் போய் கேட்டு வாங்கிக் கட்டிக் கொண்டான்.

ஒரு மாதம் போயிற்று. கோழிகள் திருட்டுப் போய்க் கொண்டே தானிருந்தன. சனங்கள் இவ்வளவு எச்சரிக்கையாக இருந்தும் எப்படித்தான் கோழிகள் பிடிக்கிறார்களோ.. திருடர்களை நினைத்து ஆச்சரியமாகவே இருந்தது.

இளவட்டங்கள் கம்பும் பேட்டரி லைட்டும் எடுத்துக் கொண்டு ரோந்து சுற்றினர். ராவெல்லாம் இளவட்டங்களின் சப்தம் ஊர்வெளியெங்கும் கேட்டபடியே இருந்தது. இங்கு ரோந்து சுற்றும் காலம் பக்கத்து ஊர்களில் திருட்டுப் போயிற்று. அந்த ஊர்சனங்களெல்லாம் இங்கு வந்து ஊர்க்கவுண்டரிடம் முறையிட்டனர். ஊர்க் கவுண்டரும் வயிற்றுப்புள்ளை நழுவி விழுகிற மாதிரி பேசி, அவர்களைச் சமாதானப்படுத்தி அனுப்பிக் கொண்டிருந்தார். அவர்களும் ரோந்து சுற்றுவார்கள். உள்ளூரில் கோழிகள் திருட்டுப் போகும்.

இப்படியே போய்க் கொண்டிருந்த ஒருநாளில், கந்தசாமி இவனிடம் ஒரு யோசனை சொன்னான். கோழித் திருட்டை ஒழிப்பதுபற்றி. இவனுக்கும் அந்த யோசனை பிடித்திருந்தது. இரண்டு பேரும் செயல்படுத்தும் நாளுக்காகக் காத்திருந்தனர்.

அந்த நாள் இன்றைக்குத்தான் வாய்த்திருந்தது.

நிலா இறங்கியிருந்தது. இருட்டுக் கட்டிவிட்டது. ஆளின் முகம் ஆளுக்குத் தெரியாத மாதிரி இருட்டு அடர்ந்துவிட்டது. கந்தசாமி இவனை உலுக்கினான்.

"என்ன... கோவாலு... தூங்கிட்டியா?''

"இல்ல பலதையும் நினைச்சுட்டு உக்காந்துட்டேன்.''

"எந்திரி போலாம்.''

இருவரும் அக்கரை ஏறினர். மேடு இறங்கியதும் வயற்பரப்பு வந்தது. வரப்புகளில் ஈரமிருந்தன. வயலெங்கும் சணப்பு வளர்ந்து இடுப்பு மட்டத்தில் நின்றது. வாய்க்காலில் தண்ணீர் ஓடிக் கொண்டிருந்தது. இரவுப் பூச்சிகளின் ரீங்காரம் மட்டுமே கேட்டது.

கந்தசாமி பகலிலேயே இங்கு வந்திருந்தான். தென்னந்தோப்புக்குள் மேயும் ஊர்க்கவுண்டரின் கட்டுச் சேவல்களையும் ராத்திரியில் சேவல்களை அடைக்கும் சாலையும் பார்த்து வைத்திருந்தான். கருமுட்டியும் அழகிரி மூப்பனும்தான் இரவு சேவல்களுக்கு காவல் என்பதும் தெரிந்து வைத்திருந்தான். அவர்களும் நிலா இறங்கியபின் அசலூருக்கு கோழி திருடப் போய்விடுவார்கள் என்பதையும் கணித்து வைத்திருந்தான்.

தோப்பிற்குள் கால் வைத்ததும் இவனுக்கு பயமாகத்தானிருந்தது. கந்தசாமி பயந்த மாதிரி தெரியவில்லை. தென்னைமரத்தின் மறைவிலேயே முன்னேறினான். சாய்ப்பின் முன்புறம் போய் நின்றான். இவன் கந்தசாமியையே பார்த்துக் கொண்டிருந்தான்.

சாய்ப்பில் மின்சார வெளிச்சம் பரவலாக அடித்துக் கொண்டிருந்தது. களத்தில் இரண்டு கயிற்றுக் கட்டில்கள் வெறுமனே கிடந்தன. காற்றின் வேகத்திற்கு தென்னந்தோகைகள் ஆளரவமற்ற சப்தம் எழுப்பிற்று. கந்தசாமி இவனுக்கு ஜாடை செய்துவிட்டு சாய்ப்பின் பின்புறம் போனான். இவனும் பம்பிப் பம்பிக் கந்தசாமியை பின்தொடர்ந்தான். பயம் உறுக் உறுக் என்றது.

சுவரை ஒட்டி பெரிய சால் கிடந்தது. கந்தசாமி சாலை நெருங்கினான். சுற்றும் முற்றும் நோட்டம் விட்டான். ஈரத் துணிகளை எடுத்துக் கொண்டு சாக்கை இவனிடம் கொடுத்தான். ஆற்றில் நனைந்திருந்த ஈரத்துணியில் நீர் வடிந்தது. சாலின் மேல் மூடியிருந்த பலகைக் கல்லை ஓசை கேட்காமல் தூக்கிக் கீழே வைத்தான். இவனுக்கு மேலும் பயம் அதிகமானது. கைகள் தானாக நடுங்கின. கந்தசாமி பழக்கப்பட்டவன் போலச் செய்தான்.

இவன் தயாராக சாக்கை விரித்துப் பிடித்தான். கந்தசாமி ஈரத் துணியை விரித்துக் கொண்டு சாலுக்குள் கையை விட்டான். சேவல்களிடமிருந்து 'கொர்ர்' என்கிற மெலிதான சப்தம் மட்டுமே வந்தது. ஒவ்வொரு சேவலாகத் தூக்கி ஈரத்துணியில் சுற்றி சாக்குக்குள் வைத்தான். தண்ணீர் உள்ள மண்பானையை வைப்பதுபோல, மெதுவாக சாலுக்குள் சிறியதும் பெரியதுமாக ஏழு சேவல்கள் இருந்தன. இவனுக்குத் தோளில் சுமை அழுத்தியது.

கந்தசாமி பழையபடி சாலை மூடி வைத்தான். இவனிடமிருந்து சாக்கை வாங்கிக் கொண்டான். அலுங்காமல். சேவலின் மெலிதான 'கொர்' சப்தம் காற்றின் ஊடே யாருக்கும் கேட்காமல் அமிழ்ந்து

போயிற்று. கந்தசாமி தைரியமாக தோப்பைவிட்டு வெளியே வந்தான்.

வரப்புகளில் நடந்தபோது, தொலைவில் பீடி கங்குகளின் மினுக்கம் தெரிந்தது. இருவரும் சணப்புக்குள் போய் ஒளிந்து கொண்டனர். கருமுட்டியும் அழகிரி மூப்பனும் பேசியபடி நடந்தார்கள். அவர்கள் தொலைவுக்குப் போனபின் இருவரும் வெளிப்பட்டனர். மின்னாம்பூச்சிகள் மினுக்கியபடி போயிற்று. ஆற்றில் இறங்கி வரும்போது முதல் கோழி கூப்பிட்டது. தொக்கடாவெல்லாம் தாண்டி புழுதிக்காடு வந்தவுடன் கந்தசாமி சாக்கை இவனிடம் கொடுத்தான். உட்கார்ந்து ஒன்னுக்கிருந்தான். பீடி பற்றவைத்துக் கொண்டான். இவன் சாக்கை தோளில் சாய்த்தபடி கந்தசாமியிடம் கேட்டான்.

"இந்த நேரத்துல நாம ஊருக்குள்ள போறத யாராச்சும் பாத்துட்டா, அவ்வளவுதான்... நம்ம மானம் மரியாதை அத்தனையும் போயிரும்..."

"ஒன்னும் போகாது நட..."

ஊர் இரண்டாம் சாமத்தில் ஆழ்ந்து கிடந்தது. இரண்டு பேரும் மந்தை வழியாகப் போனார்கள். வேலிக் கருவேல முள்ளை ஒதுக்கியபடி மேற்கு வளவுக்குப் போனார்கள். கந்தசாமி கருமுட்டியின் வீட்டிற்கு பின்புறம் போய் நின்றான். இவனிடமிருந்து சாக்கை வாங்கினான். இவனுக்கு தோள் லேசாகிய மாதிரி இருந்தது. சேவல்கள் அமைதியாக இருந்தன. எங்கே கத்தி ஊரைக் கூட்டிவிடுமோ என இவன் பயந்தான்.

ஆனால், கந்தசாமி பயமின்றி சுற்றுமுற்றும் பார்த்தான். பொடக்காலியை நோக்கி மெல்ல நடந்தான். இவன் எட்டுமேல் எட்டு வைத்துத் தொடர்ந்தான். பொடக்காலி படல்மேல் உட்கார்ந்திருந்த ஆந்தை சப்தமெழுப்பியபடி பறந்து போயிற்று. இவன் விறுக்கெனப் பயந்து கொண்டான். கந்தசாமி சாக்குப் பையைத் தூக்கி படலைத் தாண்டி உள்ளே வைத்தான்.

பின்பு இவனை இழுத்துக் கொண்டு வேகமாக வீதிக்கு வந்தான். வடக்கு வளவில் போய் நின்று கொண்டு சப்தம் போட்டான்.

"திருடே.. திருடே... கோழி திருடே..."

இவனும் சேர்ந்து சப்தம் எழுப்பினான். ஊர் நாய்கள் எல்லாம் முந்திக் கொண்டு குரைத்தன. சிறிது நேரத்தில் ஊர்க்கவுண்டர் முதல் ஊர் சனங்கள் அத்தனை பேரு வடக்கு வளவு வந்து கூடிவிட்டார்கள். ஊர்க் கவுண்டர்தான் கேட்டார்.

"திருடே யாருன்னு தெரிஞ்சுதா.."

“இருட்டுல மொகஞ்செரியா தெரியலே... மேற்கு வளவு நோக்கிப் போச்சு... நாங்க தொரத்தினோம்... கருமுட்டியண்ண பொடக்காலி பக்கம் போனதியும் மறஞ்சிருச்சு...''

கந்தசாமி சொல்லி முடிக்கும்முன்பே ஊர்சனங்கள் திமுதிமுவென மேற்கு வளவைப் பார்த்து ஓடியது.

விடிந்ததும் போலீஸ் வந்தது. கருமுட்டியையும் அழகிரி மூப்பனையும் பிடித்துப் போயிற்று. அவர்களை ஜாமீனில் எடுக்க ஊருக்குள் யாரும் போகவில்லை. மீறிப் போனவர்களையும் ஊர்க்கவுண்டர் மிரட்டிவிட்டார். தண்டனைக் காலம் முடிந்து வெளியில் வந்த அழகிரி மூப்பன் வேறு ஊருக்குக் குடிபோய் விட்டான். கருமுட்டி கிணற்று வெட்டுக்குப் போய்வந்து கொண்டிருந்தான்.

இது நடந்த நாளிலிருந்து கோழிகள் எங்கும் திருட்டுப் போகவேயில்லை. கோழிகள் ஊரெங்கும் பெருத்துவிட்டன. ஊரடித் தோட்டத்தில் வெள்ளாமையை சேதாரமாக்கும் ஊர்க் கோழிகளுக்கு இப்போது கந்தசாமி மருந்து வைத்துக் கொண்டிருந்தான். இவனுக்கு மட்டும் நிலா இறங்கிய நாளில், தோப்பில் கோழி பிடித்தது ஞாபகத்தில் வந்து கொண்டேயிருந்தது.

- கணையாழி, நவம்பர் 2001

வெளி வாங்கும் காலம்

இவன் பஸ்ஸிலிருந்து இறங்கினான். மண் பாதையில் கொஞ்ச தூரம் நடக்க வேண்டியிருந்தது. அந்த ஊரின் பாதை ஊருக்குப் பின்புறம் போய் முடிந்தது. அப்போது இளமதியம் ஆகிவிட்டது. வெயில் உறைந்து போயிருந்தது. வீதியெங்கும் ஜனமில்லாமல் வெறிச்சென்றிருந்தது. சுருங்கிப் போயிருந்தது. காற்று வீசுவது தெரியாமல் வீசியது. தட்டோடு வேய்ந்த கூரை முகட்டின் மேல் சிட்டுக்குருவிகள் உட்கார்ந்து இருந்தன. சில வீட்டுத் திண்ணைகளில் வயதானவர்கள் உட்கார்ந்து பேசியபடியிருந்தார்கள். ராட்டை சுற்றிய இளம்பெண்கள் எட்டிப் பார்த்துவிட்டுப் போனார்கள். சேலை வியாபாரி ஒருவன் சப்தமிட்டபடி சைக்கிளில் கடந்து போனான். அவன் மறைந்து வெகுநேரமாகிய பின்பும் அவன் சப்தம் மட்டும் கேட்டுக் கொண்டேயிருந்தது. குரல் நாலா திக்கிலிருந்தும் இழை பிரிந்து வந்தது.

இவன் அந்த ஊரின் உள்ளே நடந்தபடி இருந்தான். வீதிகள் வளைந்து வளைந்து போயின. ஒரு வீதியிலிருந்து இன்னொரு வீதியைப் பிரிப்பது கடினம் எனத் தெரிந்தது. எல்லா வீதிகளும் ஒரே ரூபம் கொண்டிருந்தன. வீதிகள் அகன்ற இடங்களில் நாட்டாறுகற்கள் நடப்பட்டிருந்தன. புழங்காத வீடுகள் நிறையக் கிடந்தன. பெரிய ஊர்போல் தெரிந்தது. வழிநெடுகத் தணிந்த மௌனம் பொதிந்து போயிருந்தது.

இவன் ஊரின் இன்னொரு கோடிக்கு வந்தான். அங்கு விநாயகர் கோவில் இருந்தது. விநாயகர்கோவிலைச் சுற்றிலும் பட்டுவரிக்கல் கொண்ட திண்ணை இருந்தது. அரசும் வேம்பும் பிணைந்து மேலே போயிருந்தன. நிழல்கள் பட்டுவரிக்கல் திண்ணை தாண்டியும் பரவியிருந்தன. திண்ணையில் 'பாஞ்சாங்கரம்' விளையாடிவிட்டு

அப்போதுதான் யாரோ எழுந்து போயிருந்தார்கள். கல்லும் ஓடும் இறைந்து கிடந்தன. கோடுகள் முழுதும்.

இவன் பட்டுவரிக்கல் திண்ணையில் உட்கார்ந்தான். யாராவது இங்கு வரக்கூடும். நடேசன் வீட்டைப் பற்றி விசாரிக்க வேண்டும் என நினைத்தான். சூறைக்காற்று வந்தது. கோவில் மரத்தைப் பிடித்து உலுக்கிற்று. உதிர்ந்த சருகுகளைக் காற்று எடுத்துப் போனது. காற்று அடங்கியதும் அதே இடத்தில் படுத்துக் கொண்டான். உச்சிப்பொழுதின் ஒளிக்கீற்றுகள் இலைகளில் பட்டுச் சிதறின. வானம் வெளிறியிருந்தது.

நடேசனைப் பார்க்க வந்ததை நினைத்தபோது, இவனுக்கு வேதனையின் ஊடே சிரிப்பும் வந்தது. நடேசனிடம் விஷயத்தைச் சொன்னால் நிச்சயம் சிரிப்பான். நடேசன் சிரிப்பு அடங்க வெகுநேரம் பிடிக்கும். நேற்றுதான் அப்பாவோடு பிரச்சனை வலுத்தது இவனுக்கு. இதற்கு முன்பும் பல தடவை பிரச்சனை வந்திருக்கிறது. இவனைக் குத்திக் காட்டியிருக்கிறார் அப்பா. வசவுகளை மௌனமாக வாங்கித் தாங்கிக் கொண்டிருக்கிறான் இவன். நேற்று மட்டும் ஏனோ இவன் புத்தி குரூரமாகிவிட்டது. இந்த முடிவுக்கு வரத்தூண்டி விட்டது.

நேற்றிரவு வடக்கு வாசல் வீட்டில் இவனும் டீச்சரும் கேரம் விளையாடிக் கொண்டிருந்தார்கள். அப்போது அப்பா கூட்டிவரச் சொன்னதாகப் பையன் வந்து கூப்பிட்டான். இவன் ஆட்டத்தை அப்படியே விட்டுவிட்டு எழுந்தான். டீச்சர் எதுவும் கேட்கவில்லை. இவன் பையனோடு கிளம்பி வீட்டுக்கு வந்தான்.

ஆசாரத்துத் தூணோரம் அப்பா உட்கார்ந்திருந்தார். இவன் சுவரில் சாய்ந்தபடி நின்றான். வெகுநேரம் எதுவும் பேசவில்லை. பின்பு அப்பா பேசினார். பேச்சு முழுதும் டீச்சரை மையமிட்டே இருந்தது. கடைசியாகக் கேட்டார்.

“எத்தினி நாளா இது நடக்குது?''
“எது?''
“அதெ என் வாயால வேற சொல்லனுமா...?''
“நீங்க நெனைக்கற மாதிரி நாங்க ஒண்ணும் தப்பாப் பழகலே...?''

அப்பா சிரித்தார். கடகடவென நீண்டது சிரிப்பு. அம்மா தூணோரம் வந்து நின்றாள். பையன் நடைக்கு வெளியே நின்று வேடிக்கை பார்த்துக் கொண்டிருந்தான். வீட்டின் பின்புறம் தொட்டித் தண்ணீருக்கு வந்த பெண்களெல்லாம் நின்று கேட்டனர். இவனுக்குப் பெருத்த அவமானமாகப் போயிற்று.

“ஏண்டா அவ கலியாணமானவ... இல்லனாக்கூட காதல் கீதல்ன்னு ஏதாச்சும் சொல்லலாம்... இதைப் போயீ...''

அப்பா முடிக்கும் முன் அம்மா பேச்சைத் தொடுத்தாள்.

“ஊருக்குள்ள நாலு பேரு நாலுவிதமாப் பேசறதத்தானே உங்கப்பா சொல்லறாங்க... புரிஞ்சுக்க கண்ணு...''

இவனால் அதற்குமேல் தாங்க முடியவில்லை. வீட்டைவிட்டு வெளியே வந்தான். இருளின் ஊடே நடந்தான். கோபத்தில் நெஞ்சுக்கூடு எழுந்து எழுந்து அமிழ்ந்து கொண்டிருந்தது. ஊர் தாண்டி நடந்து கொண்டிருப்பதை நினைக்கையில் வேதனை எழுந்தது. காலடித் தடம் தெரியாமல் இருள் கும்மியிருந்தது. இரவுப் பூச்சிகளின் ரீங்கரிப்பு மட்டுமே கேட்டது. கோபம் ஆறவில்லை.

உப்பாற்றுக் கரையில் இறங்கினான். மணலின் ஊடே விரைசலாக நடந்தான். ஒத்தைப் பாறையின் பின்புறம் போய் உட்கார்ந்தான். ஊர் மறைந்துபோயிற்று. அக்கரை மேட்டில் நாணல்கள் மலிந்திருந்தன. காற்றுக்கு நெளிந்தன. மேட்டுச் சுனையில் நீர் ஒழுகும் சப்தம் கேட்டது. மினுக்காம் பூச்சிகள் மின்னிப் போயின. இப்படி எத்தனையோ மினுக்காம் பூச்சிகள் மட்டுமே தனித்து மின்னிய இரவுகள். அவளும் இவனும் மட்டுமே இந்த ஒத்தைப் பாறையின் பின்புறம் உட்கார்ந்திருந்தார்கள். ஏனோ, அவள் ஞாபகம் எழுந்தது. இப்போது அவள் இல்லாதது வெறுமையாக இருந்தது.

அவளிடம் முதலில் கூட்டிப் போனதுகூட மணியும் நடேசனும்தான். நீலியம்மன் கோவில் விசேஷத்தில் ஊரே திளைத்திருந்த ஒரு ராத்திரி அது. கோபுர மைக் செட்டின் பக்திப் பாட்டு ஊரின் இயக்கத்தையே அமுக்கி, வெளியில் தெரியாமல் செய்திருந்தது. அப்போது முதல் சாமம் இருக்கும். வெளிப்படலை நீக்கி அவள் வீட்டின் பின்கட்டுக்குப் போனார்கள் மூன்று பேரும். நடேசன் இவனை மட்டும் பொடக்காலி பக்கம் கூட்டிப் போனான். குளிப்பதற்குக் கிடத்தியிருந்த கல் மீது உட்கார வைத்தான். மணி போய் ஜன்னலைத் தட்டினான்.

“உஸ்ஸ்... வந்திட்டே... சத்தம் போடாதீங்க...''

ஒரு பெண்குரல் உள்ளேயிருந்து மெதுவாகப் பேசியது. பின் கதவைச் சாத்தி வெளியில் நாதாங்கி போடுவது கேட்டது. அவள் வெளியே வந்து மணியின் காதில் பேசினாள்.

“உள்ளே கொழந்தை தூங்குது... மத்தவங்க ஆட்டுக்கிட்ட உக்காந்துருங்க...''

இவனும் நடேசனும் எழுந்து வாசலுக்கு வந்தார்கள். கட்டியிருந்த ஆடுகள் எழுந்து மிரட்சியாகப் பார்த்தன. இவனால் வெள்ளாட்டுக் கிடாவின் மொச்சை வாசத்தைத் தாங்கிக் கொள்ள முடியவில்லை. ஆனால், நடேசன் அமைதியாக இருந்தான்.

வெகுநேரம் கழித்த பின்பே மணி வந்தான். நடேசன் எழுந்து போனான். நடேசன் விட்டுப்போன இடத்தில் மணி உட்கார்ந்தான். மணியின் மேல் இவனுக்கு அசூயையும் அருவருப்பும் தோன்றியது. ஆடுகள் இன்னும் மிரட்சியாகவே பார்த்துக் கொண்டிருந்தன. வீட்டின் உள்ளே குழந்தை இருமியது.

இவனுக்கு என்னமோபோல் இருந்தது. தாங்க முடியவில்லை. சட்டென எழுந்தான். மணி கைகளைப் பற்றினான். இவன் மணியின் கைகளை உதறினான். கரும்பிரண்டை வேலியை ஒரே தாண்டாகத் தாண்டினான். ஆடுகள் பயத்தில் குதித்தன. இருளினூடே நடந்தான். ஊர் பொங்கச் சாட்டின் குதூகலத்தில் கிடந்தது. வீட்டிலும் எல்லோரும் வெளி ஆசாரத்தில் உட்கார்ந்து பேசிக் கொண்டிருந்தார்கள். ஒறம்பரைச் சனங்கள் நிறைய இருந்தார்கள். இவன் நேராக உள்ளே போய்ப் படுத்துக் கொண்டான்.

மறுதினம் அம்மா வந்து எழுப்பியபோது, விடிந்து வெகு நேரமாகியிருந்தது. கிழக்கு ஜன்னலிலிருந்து வெயில் இறங்கிக் கொண்டிருந்தது. ஒளிக்கீற்றில் தூசிகள் மிதந்தன.

“உன்ற சேக்காலிங்க கூப்புடறானுக... அப்பிடி என்ன தலெபோற சோலியோ... காலங்காத்தால இவனுகளுக்கு...''

அம்மா போய்விட்டாள். இவன் எழுந்து வெளியே வந்தான். திண்ணையில் மணியும் நடேசனும் உட்கார்ந்திருந்தார்கள். மூன்று பேரும் வீதிக்கு வந்தபின்பு மணி பேசினான்.

“வாழ்க்கையை அனுபவிக்கத் தெரியாத முட்டாள் நீ...''

“எது... அந்த ஆட்டவிடக் கேவலமாக நடந்துக்கறதா...?''

இவனுக்குக் கோபம் வந்தது. ஏனோ அவர்கள் மேற்கொண்டு பேசவில்லை. பிரிந்து போய்விட்டார்கள். அன்றைக்கெல்லாம் திரும்பவும் இவனைப் பார்க்கவும் வரவில்லை. இரு தினங்கள் போயிருந்தன. அம்மா நேர்த்திக் கடனுக்குச் சேவல் கொடுத்தனுப்பினாள். இவன் சேவலை நீலியம்மன்கோவில் பூசாரியிடம் கொடுத்துவிட்டுக் கரை வெளியிலிருந்து ஒன்றைத் தடம் வழியாக உப்பாற்றில் இறங்கி வந்து கொண்டிருந்தான். அப்போது ஊர்ப் பாதையிலிருந்து ஒரு பெண்

‘சல்லங்க கத்தியோடு’ வெள்ளாடு ஓட்டித் தெரிந்தது. கரை முழுதும் மணலும் வேர்ப்புதர்களும் மண்டிக் கிடந்தன. கண்ணுக்கெட்டும் தூரம் வரைக்கும் ஆள் அரவம் அற்று நிசப்தமாகக் கிடந்தது ஆற்றுவெளி. இளமதிய வெயில் தகிக்கத் தொடங்கியிருந்தது.

வெள்ளாடும் அந்தப் பெண்ணும் போக இவன் ஒந்தி வழிவிட்டான். அந்தப் பெண் இவனைக் கடந்து போனபின் திரும்பி நின்று பேசினாள்.

“அன்னிக்கு ஏம் பயந்து ஓடிட்டீங்க... ?’’

இவன் பதில் பேசாமலிருந்தான். அவளையே பார்த்தான். கருத்த முகத்தில் மூக்குத்தி மின்னிற்று. நெற்றியில் லேசாக வியர்வை படர்ந்திருந்தது. கேச எண்ணெய் கன்னத்தில் வழிந்தது. சல்லக்கத்தியை ஊனியபடி சிரித்தாள் பளீரென்று. கீற்றுப்பல் தெரியப் பின் பேசினாள் அவள்.

“ஏம் பேசமாட்டீங்கறீங்க... பயந்தானே?’’

இவன் ஊர்ப் பாதையைப் பார்த்தான். எவரும் தட்டுப்படவில்லை. இந்த நேரத்தில் எவரும் வரப்போவதுமில்லை. தனிமையும் அவள் நெருக்கத்தையும் சேர்ந்து இவனை நடுக்குறச் செய்தன. முதலில் லேசாக வேர்த்தது; மூச்சுமுட்டிற்று. உடம்பெல்லாம் சட்டென விறுவிறுவென உறைந்து போயிற்று. கிட்டேபோய் அவளிடம் குளறலாய்ச் சொன்னான்.

“பயமெல்லாம் கிடையாது... ?’’

அவன் மானான். பழையபடி குளிக்கும் கல்லின் மேலேயே வந்து உட்கார்ந்து கொண்டான். நேரம் போயிற்று. அவள் எழுந்து வெளிவருவது மாதிரித் தெரியவில்லை. கொடாப்புக்குள்ளிருந்து ஆட்டுக்குட்டிகள் முனகின. ஜலதாரையில் ஊர்ந்து வந்த ‘பெருக்கான்’கள் இவனைக் கண்டதும் மிரண்டு ஒடுங்கின. முதல் கோழி கூவியது. கரை வெளித்தடத்தில் சந்தை வண்டி போவது தெரிந்தது. இராச்சொய்யான்கள் காலின் மேல் ஏறப்பார்த்தன. இவன் உதறியபடி எழுந்தான். படல் ஒட்டையில் புகுந்து வெளிவந்தான்.

விடிந்து இளமதியம் ஆக வெகுநேரமானதுபோல் பட்டது. உப்பாற்று ஒற்றைத்தடம் போய் நின்றுகொண்டாள். ஊர் வழித் தடத்திலிருந்து அவள் வருகிறாளா எனப் பார்த்தபடி இருந்தான். பொழுது உச்சி ஏறிய பின்பே அவள் வெள்ளாடு ஓட்டி வந்தாள். இவன் வேலிப்புதர் நிழலுக்குள் போய்நின்று அவளைப் பார்த்தான். அவள் தடத்தில் நின்றுகொண்டே பேசினாள்.

“மூணுநா கழிச்சு ராத்திரி ஊட்டுக்கு வாங்க...''

இவன் பதில் பேசாமல் நிழலின் உள்ளே நடந்தான். அவள் ஒற்றைத் தடத்திலிருந்தே இவனைப் பார்த்தபடியிருந்தாள். இவன் நேற்றைய இடத்தில் போய்ப்படுத்துக் கொண்டான். உடம்பின் இறுக்கம் குறைந்தது. இலகுவானது. மேலே அண்டவெளியில் பறப்பதுபோல் இருந்தது. நீலம் பிளந்தது; உள்வாங்கிக் கொண்டது இவனை.

விழிப்பு வந்தபோது இருள் கவ்வியிருந்தது. பூச்சிகள் ரீங்கரித்தன. ஆழ்ந்து தூங்கிப்போய் விட்டது தெரிந்தது. எழுந்து நடந்தபோது முட்கள் இடித்தன. சர்ப்பம் போல ஏதோ ஊர்ந்து போயிற்று. ஒற்றைத் தடம் வந்து பார்த்தபோது, வீதி விளக்குகள் எரிந்து கொண்டிருந்தன.

வீடு போய்ச் சாப்பிட்டு முடித்த பின்பு அம்மா வந்து,

“இந்நாவெரைக்கும் எங்கேடா போனே...? மணியும் நடேசனும் உன்னப் பார்க்கனுமுன்னு உக்கார்ந்திருந்தாங்க...''

மணியின் தோட்டத்துச் சாய்ப்பு போகலாமா நடேசன் வீடு போகலாமா என வீதியில் நடந்தபடியே யோசித்தான். அவள் வீடு ஞாபகத்துக்கு வந்தது. முன்னிரவு நேரத்தில் வளர்பிறை நிலா மேற்கே விழுந்து கொண்டிருந்தது. நேற்றுப் போலவே அவள் வீட்டுப் பின்கட்டுப் பொடக்காலப் படலை விலக்கி உட்புகுந்தான். குளியல் கல்லின் மேல் உட்கார்ந்து யோசித்தான். எழுந்து சன்னலில் எட்டிப் பார்த்தான். உள்ளே குழந்தைகள் அழுது கொண்டிருந்தன. அவள் குழந்தைகளை வைது கொண்டிருந்தாள். வெளிநடை திறந்து கிடந்தது. திண்ணை முட்டில் அரிக்கேன் விளக்கு தொங்கியது. வெளிச்சத்தில் ஆடுகள் அசைபோட்டபடி படுத்துக் கிடந்தன.

அவள் வட்டிலையும் அரிக்கேனையும் எடுத்துக் கொண்டு பொடக்காலிக்கு வந்தாள். அங்கு இவனைக் கண்டதும் துணுக்குற்றாள். குசுகுசுவெனப் பேசினாள்.

“நாந்தான் மூனுநா கழிச்சு வரச்சொன்னேன்ல...''

“சும்மா பார்க்கலாமுன்னு...''

“உள்ளிருந்து குழந்தைகள் கேட்டன. ஆரம்மா அது?''

“ஒண்ணுமில்ல...?''

அவள் வட்டிலையும் அரிக்கேனையும் அப்படியே தூக்கிக் கொண்டு அவசரமாகப் போனாள். வீட்டுக்குள் சென்று கதவைச் சாத்தினாள். தாழிடும் ஓசையும் கேட்டது. இவன் யோசித்தபடி கல்லின்மேல்

உட்கார்ந்தான். கரைவெளிப் பாதையில் யாரோ ரவரவவெனப் பேசிப்போனார்கள். உப்பாற்றுக் கரையோரம் நரிகள் ஊளையிட்டன. அதைத் தொடர்ந்து நாய்கள் பலமாகக் குரைத்தன. பின்பு நாய்களும் ஊளையிட்டன. மேகங்கள் இல்லாத வானம், விண்மீன்கள் ஒளிர்ந்து கொண்டிருந்தன. திடீரென்று அவள் கதவைத் திறந்தாள். பின் சாத்தி நாதாங்கி போட்டாள். இவனுக்கு முன்னால் வந்து நின்றபடியே குசுகுசுத்தாள்.

“என்னாலதான் ஆகாதே...? அப்புறமேந்தொல்ல பண்ணுறீங்க...''

இவன் அவளையே பார்த்தபடியிருந்தான். இவனுக்கும் அவளுக்கும் முகம் வேர்த்திருந்தது. நேரம் போயிற்று. இவன் எழுந்தான்.

“நாளான்னிக்கு ஒத்தப்பாறைக்குப் பின்னால் உனக்காக ராத்திரி காத்திருப்பேன்...''

அவள் எதுவும் பேசவில்லை. இவனையே உற்றுப் பார்த்தாள். இவன் படல் ஓட்டையில் புகுந்து வெளி வந்தான். திரும்பிப் பார்க்காமலேயே கிளம்பினான். பின்பனிக்காலம். நிலத்தில் பனி லேசாக இறங்கியிருந்தது. யாரோ எதிர்ப்பட்டுப் போனார்கள். முகம் தெரியவில்லை. தெரிந்து கொள்ளும் நிலையில் இவனில்லை. அவள் மேல் சதா பரிவும் பிரியமும் சுரந்து கொண்டேயிருந்தன.

இரு தினங்கள் கழிந்தன. அவள் ஒத்தைப் பாறைக்குப் பின்னால் வந்தபோது, நிலா மேற்கே இறங்கியிருந்தது. வளர்பிறைக் காலம் அது. வானம் முழுதும் லேசாக மரங்கள் படர்ந்திருந்தன. கீகாற்று குளிர் நிறைந்து வீசிற்று. மல்லாந்து படுத்திருந்த இவன் எழுந்து உட்கார்ந்தான். ஒட்டினாற்போல் அவள் உட்கார்ந்து கொண்டாள். இவன் அவள் கைகளைப் பற்றி முகத்தில் அழுத்தினான். பின்பு மெதுவாக அவளிடம் பேசினான்.

“டவுன்ல எத்தனையோ பொண்ணுகளப் பாத்திருக்கேன்... செவத்த அழகான பொண்ணுகள. ஆனா ஏனோ உன்னையெ எனக்கு ரொம்பப் புடிச்சிருக்கு... நீ எனக்கு மட்டும் சொந்தமா இருப்பியா...''

அவள் சிரித்தாள். சிரிப்பு நீண்டு போகப் பாறையிடுக்கில் கத்திக் கொண்டிருந்த வறத்தவளைச் சப்தம் சட்டென அடங்கியது. அதன் பின்பு ஒத்தைப் பாறைக்குப் பின்னால் அவள் அடிக்கடி வந்து போனாள். அவள் வந்துபோன இரவு மட்டும் சுருங்கிப் போனதாகப்பட்டது. தினங்களும் விரைசல் கொண்டு ஓடியதுபோல் இருந்தது.

ஒரு பிற்பகல் பொழுதில் இவன் மணியைத் தேடிப்போனான். மணி அவன் தோட்டத்துச் சாய்ப்புக் கட்டிலில் படுத்தபடி புத்தகம் படித்துக் கொண்டிருந்தான். ஏதோ பழைய காலத்துச் செல்லரித்துப்போன ஒரு புத்தகம். புத்தக அட்டையின் மரவண்ணம் வெளிறியிருந்தது. இவன் மெல்லக் கட்டிலின் காலடியோரம் உட்கார்ந்தான். வெளியில் எங்கோ பார்த்தபடியிருந்தான். மணி எதுவும் பேசவில்லை. வெகுநேரம் போயிற்று. இவனுக்கும் பேசத் தோணவில்லை. அணில்கள் பொரிந்த பனையோலைக் கூரைமேல் குதியாளமிட்டுக் கொண்டிருந்தன. நடேசன் வந்த பின்புதான் மணி பேசினான்.

“ஏண்டா... இப்பிடியாயிட்டு வர்றே... உனக்கே நல்லா இருக்கா இது... ஏதோ ஒரு தடவெ ரெண்டு தடவெ ஜஸ்ட் ஜாலிக்காகப் போறதுதான்... அதுக்காகப் பொழுதன்னிக்கும் அவ பின்னாலேயே போயிர்றதா...?''

இவனுக்குக் கோபம் வந்தது.

“போனா என்ன...?''

“என்னவா... உன் குடும்பக் கவுருவம் என்னன்னு உனக்குத் தெரியுமா?... உன் அப்பா தாத்தாவெல்லாம் எவ்வளவு ஒழுக்கமா வாழ்ந்தாங்கன்னாவது உனக்குத் தெரியுமா?... பெரியூட்டுக்காரன் குடும்பமுன்னா ஊர்லேயே மானம் மருவாதிக்குக் கட்டுப்பட்ட குடும்பமுன்னு பேசிப்பாங்க...?

நடேசன் குறுக்கிட்டுக் கேட்டான்.

“இவனோட அப்பா, அப்பாரு எல்லாம் ஒழுக்கமானவங்கன்னு உனக்கெப்பர்றா தெரியும் மணி...?''

மேலும் நடேசன் சிரித்தான். திரும்பவும் இவனுக்குக் கோபம் வந்தது. எட்டி நடேசன் கன்னத்தில் அறைந்தான். படீரெனச் சப்தம் எழக் கனமான அறை. நடேசன் சுதாரித்துப் பின்பு இவனைத் தாக்கினான். கெட்ட வார்த்தையில் திட்டினான். கட்டிப் புரண்டார்கள். மணி குறுக்கிட்டு இவனையும் நடேசனையும் விலக்கினான். பின்பு சப்தமாகக் கத்தினான்.

“வெசாரிச்சுக்குவோம்... இவனோட அப்பா, அப்பாரு மட்டுமில்ல, என்னோட அப்பா, அப்பாரு, உன்னோட அப்பா, அப்பாரு... ஊர்ல எல்லாப் பெரிய மனுஷங்களைப் பத்தியும் வெசாரிச்சு முடிவுக்கு வருவோம். அதுவரைக்கும் நீங்க சண்டை கட்டிக்க வேணாம்...''

அதன் பின்பு மணியும் நடேசனும் இரவு நேரங்களில் சைக்கிளை எடுத்துக் கொண்டு கரைவெளி ஊர்களுக்குப் போனார்கள். திரும்பி வரும்போது நடுச்சாமமாகியிருந்தது. சிநேகிதமான கிழவர்களை விசாரிக்கப் பகல் பொழுதுகளில் உள்ளூருக்குள்ளும் அலைந்தார்கள். வீட்டுப் பெண்களும் ஆண்களும் தோட்டம் காட்டுக்குக் கிளம்பிப்போன பின்பு, வெளித்திண்ணையில் வயதானவர்கள் மட்டுமே தனித்திருக்கும் பகல்பொழுது விசாரிக்கச் சவுகரியமாயிருந்தது. அவர்களிடம் பல்வேறு ரகசியங்கள் பொதிந்து கிடந்தன.

ஒரு வாரம் போயிருந்தது. ஒரு சாயங்காலத்தில் நடேசன் வந்து இவனை மணியின் தோட்டத்திற்குக் கூட்டிப் போனான். சாய்ப்பை ஒட்டிய கிணற்று மேட்டுத் தொளைவாரிப் பூவரசு மரநிழலில், 'தாசிக் குறத்தி' உட்கார்ந்திருந்தாள். அவளை வயது ஒடுக்கியிருந்தது. இப்போது அவளிடம் ஒரு தலைமுறையை ஆண்டதற்கான அடையாளம் எதுவுமே தெரியவில்லை. வயோதிகம் சாதாரணமாக்கியிருந்தது.

மணி ஒரு பத்து ரூபாய் நோட்டை எடுத்துத் தாசிக் குறத்தியிடம் கொடுத்தான். தாசிக்குறத்தி சிரித்தாள். பின்பு மெதுவாகப் பேசினாள். நிறைய விஷயங்கள் வெளிவந்தன. அத்தனையும் அந்தரங்கங்கள். யாருக்குமே தெரியாது என அவர்கள் நினைத்துக் கொண்டு ஊருக்குள் நிமிர்ந்து நடக்கும் கம்பீரத்தப் பொசுக்கும் அந்தரங்கங்கள். இவனுள் எத்தனையோ பிரமிப்புகள் உடைந்துபோயின. இனி எதிர்ப்பட்டுச் சிலர் சிரிக்கும்போது, எங்கே மதிக்காமல் போய்விடுவோமோ எனத் தோணியது. மணி, நடேசன், அப்பா, அப்பாருவப் பற்றிக்கூடப் பேசினாள். கடைசியாக இவனைப் பார்த்து சிரித்துவிட்டுச் சொன்னாள்.

"இவிய அப்பாரு..."

இவன் குடும்பப் பிரமிப்பு இவனுள் உடைய வேண்டாம் என நினைத்தான். எழுந்துவிட்டான். சாய்ப்பு தாண்டிய பின்னும் தாசிக்குறத்தி கூறிக்கொண்டுதான் இருந்தாள். மணியும் நடேசனும் விழுந்து விழுந்து சிரிப்பது கேட்டது. மணியாலும் நடேசனாலும் அவர்களின் அப்பா, அப்பாருவைப் பற்றிய அந்தரங்கங்களைக் கேட்கும்போது, எப்படிச் சிரிக்க முடிந்தது...? யோசித்தபடி நடந்தான். பொழுது மேற்கே இறங்கிக் கொண்டிருந்தது.

காலம் வேகமாகப் போனது. வருடத்திற்கு வருடம் மழை பெய்வது குறைந்துகொண்டே வந்தது. கிணறுகளில் தண்ணீர் கீழே போய்விட்டது. மெல்லப் பஞ்சம் ஊரெங்கும் சூழ்வதை உணர முடிந்தது.

நடேசனுக்கு வேலைக்குப் போக வேண்டும் என்கிற சூழ்நிலை உருவாயிற்று. குடும்பத்தோடு கரூர் போய்விட்டான். பவர்லூம் தறியில் வேலை செய்வதாக மணிக்குக் கடிதம் எழுதினான். ஆறுமாதம் கழித்து நீலியம்மன்கோவில் சாட்டுக்கு வந்திருந்தபோது, அவனோடு தறியில் ‘தார்’ போடும் ஒரு பெண்ணையே காதலிப்பதாகச் சொன்னான். அதன் பின்பு இவர்களுக்கும் அவனுக்குமான தொடர்பு சொன்னான். அதன் பின்பு இவர்களுக்கும் அவனுக்குமான தொடர்பு அற்றுப்போய் விட்டது. நடேசன் அந்தப் பெண்ணைக் கூட்டிக் கொண்டு ஓடிப்போய் விட்டான் என ஊருக்குள் யாரோ சொன்னார்கள். இவனும் மணியும் மேற்கொண்டு விசாரிக்கவில்லை.

மணியின் தோட்டத்தில் தென்னை மரங்கள் காய்ந்து கொண்டிருந்தன. ஆடிக்குப் பின்னிட்டுத் தோட்டம் பொட்டலாகிப் போனது. ஆடுமாடுகளுக்குப் பெருத்த தீனிப்பஞ்சம் உருவானது. மணியின் அப்பா மாடுகளுக்குப் பனையோலைகளை வெட்டிப்போட்டு நாட்களைக் கடத்திக் கொண்டிருந்தார். மணி கரைவெளிக்கு ஆடுகளை ஓட்டிப்போய் மேய்த்து வந்து கொண்டிருந்தான்.

கோடைக்காற்றின் அகோரத்தனம் மிகுதியாயிற்று; செம்புழுதியைச் சுழற்றியபடியிருந்தது. இங்கு எல்லாக் கிணறுகளுமே நீர் வற்றிப்போயின. ஊருக்குள் விடியும் முன்பே பெண்கள் குடங்களோடு திரிந்தார்கள். இவன் வீட்டுக்குப் பின்புறம் அப்பா ஒரு ‘போர்’ ஓட்டியிருந்தார். நல்ல நீர் பொத்திருந்தது. ‘கம்ப்ரசர்’ மாட்டித் தொட்டியில் தண்ணீர் விழுந்து கொண்டிருந்தது. இங்கிருந்தே தொட்டித் தண்ணீர் தோட்டங்களுக்குப் பாய்ந்தது.

அந்தத் தொட்டியில் ஊர்ப் பெண்களின் குடங்கள் சதா மோந்த வண்ணமிருந்தன. அந்தப் பெண்களை அப்பா எதுவும் சொல்லமாட்டார். ஆனால், அம்மா முகம் பார்த்துத் திட்டுவாள். தண்ணீர் சேதமாவதில் ஆதங்கமிருந்தது. அப்படியான ஓர் அதிகாலையில் அவள் தண்ணீருக்கு வந்தபோது, அம்மா அவளைத் திட்டாமல் விடுவதை இவன் பார்த்தான்.

அன்று மதியம் அவள் தன் பெரிய பையனோடு வீட்டுக்கு வந்தாள். அம்மாவோடு வெகுநேரம் பேசிக் கொண்டிருந்தாள். அம்மா பின்வாசலில் உட்கார வைத்து அவளுக்கும் பையனுக்கும் சாப்பாடு போட்டாள். பின்பு அவளைத் தாட்டும்போது அம்மா முறம் நிறையச் சோளம் எடுத்து வந்தாள். அவள் முந்தானையை விரித்து வாங்கிக் கொண்டாள். அம்மா வீட்டுக்குள் போன தருணம் பார்த்து இவனைக் கூப்பிட்டுச் சொன்னாள்.

“இன்னிக்கு ராத்திரி ஒத்தப்பாறைக்குப் பின்னால வாங்க...''

இவன் தலையசைத்துவிட்டுச் சன்னல் பக்கம் போய் நின்று கொண்டான். உள்ளிருந்து வந்த அம்மா அவளுக்குப் பணம் கொடுத்தாள். அவள் கும்பிட்டுவிட்டுக் கிளம்பினாள். அந்தப் பையனை அம்மா பிடித்துக் கொண்டாள். பையனுக்கு மூக்கில் ஊளை ஒழுகியது. பையன் ஓலமிட்டு அழுதான். அவள் மறைந்த பின்னும் பையன் அழுதுகொண்டேயிருந்தான். இரவு சாப்பிடும்போது அம்மா பையனிடம் சொல்லிக் கொண்டிருந்தாள்.

“இப்பிடி அழுதீனா... நாளையிலிருந்து சோறு கெடைக்காது. கரை வெளிக்குப் பசங்களோட ஆடு ஓட்டிப் போகோனும். புரியுதா?''

பையன் கண்ணைத் தேய்த்துக் கொண்டே தலையசைத்தான்.

ஊர் மெல்ல அடங்கத் தொடங்கியது. இவன் ஒற்றைப் பாறைக்குப் போனான். என்றுமில்லாமல் பாறை பிரம்மாண்டமாகத் தெரிந்தது. பின்னாலிருந்த மறைப்புகளெல்லாம் அற்றுப்போய்விட்டன. அவள் உட்கார்ந்திருந்தாள். ஆற்றுவெளி முழுதும் வெறிச்சென்றிருந்தது. வேலிப்புதர்கள் அழிந்து கொண்டிருந்தன. கரி அடுப்பிலிருந்து புகை கிளம்பி மேலே போயிற்று. மங்கலான இருட்டினூடே புகை மேலே போவதைக்கூட காண முடிந்தது. மணல்கள் வழிக்கப்பட்டிருந்தன. அவள் எழுந்தபோது நிலா கிளம்பிக் கொண்டிருந்தது. தேய்பிறைக் காலம். இவன் பாக்கெட்டிலிருந்து பணம் எடுத்துக் கொடுத்தான். அவள் வாங்கிக் கொண்டே அழுதாள். வெகுநேரம் தேம்பியபடி நின்றாள்.

அப்போது உப்பாற்றுக் கரைமேட்டிலிருந்து பேட்டரி லைட்டுகள் சில இறங்கி ஊர்ப்பாதையில் வந்தன. அவர்கள் ஏதேதோ பேசியபடி விரைசல் விரைசலாக வந்தார்கள். அருகில் கடந்தபோது, அந்த வெளிச்சத்துக்குள் நீலியம்மன்கோவில் பூசாரியின் திரிந்த சடைமுடியும் காவி உடுப்பும் தெரிந்தன. அவள்தான் பதற்றமாகச் சொன்னாள்.

“சாமத்துல பூசாரியக் கூட்டிப் போறாங்கன்னா ஊருக்குள்ள ஏதோ ஆபத்து.... இல்லீனா ஆரையாவது பூச்சி தொட்டிருக்கும்.''

அவர்களைத் தொடர்ந்து இவனும் கிளம்பினான். மறுதினம் பொழுது உச்சிக்கு ஏறியபோது, மணியின் எல்லாக் காரியமும் முடிந்திருந்தது. இழவுக்கு வந்த ஆட்கள் வீடெங்கும் நிறைந்து போயிருந்தனர். மீசையில்லாத மணியின் அப்பாவைப் பார்க்கப் பாவமாக இருந்தது. சாஸ்திரம் முடிந்த கையோடு நாசுவன் வந்து

மணி படுத்திருந்த கட்டிலை எடுத்துப் போனான். குழிமேட்டை ஒட்டினாற்போல் மணியின் செருப்பும் பாயும் கிடப்பதைக் காணும்போதெல்லாம் இவனையும் மீறி அழுகை பீரிட்டு வந்தது. முன் சாமங்களில் மணியின் இரு தங்கைகளும் அம்மாவும் அழும் ஒப்பாரிச் சப்தம் கிழக்கு வளவையே கரைத்துக் கொண்டிருந்தது. இவனால் ஊருக்குள் நடக்கவே முடியவில்லை. சதா அவர்களின் அழுகை ஊரெங்கும் எதிரொலித்துக் கொண்டேயிருந்தமாதிரி இருந்தது.

யாருமற்றுப் போய்விட்ட பின்பு இவனால் முன்புபோலச் சாப்பிடக்கூட முடியவில்லை. முகமெல்லாம் வெளிறியிருப்பதாக அம்மா சொன்னாள்.

அவள் வீடு பூட்டியே கிடந்தது. வாசலில் பூண்டுகள் முளைத்திருந்தன. பொடக்காலிப் படலில் கரையான்கள் ஏறியிருந்தன. எப்பொழுதுதாவது இரவு நேரங்களில் பையன் அவளைப் பற்றி அம்மாவிடம் கேட்பான். அதற்கு அம்மா சொல்வாள்.

"உங்க ஆயா.... பஞ்சம் பொழைக்கப் போயிட்டாடா... தெக்குச் சீமைக்கு... இனி எங்கத் திரும்பி வரப்போறா போ...''

பையன் அழுவான். இவன் அழும் பையனையே நிர்ச்சலனமாகப் பார்த்துக் கொண்டிருந்தான்.

அந்த வருஷம் கார்மழை கொஞ்சம் பெய்தது. பருவ மழையும் ஆடியிலேயே உக்கிரம் கண்டு பெய்யத் தொடங்கியது. மேக்காற்றுக் காலம் முடியும்வரை மழை ஓய்ந்தபாடில்லை. கிணறுகளிலெல்லாம் நீர் மேலே வந்துவிட்டது. காலம் செழிப்பை நோக்கிப் போய்க் கொண்டிருந்தது. காற்று, திசை திரும்பியதும் புயல் எடுத்துக் கொண்டது. பூமி 'ஓரம்பு' எடுத்துவிட்டது. அன்று இரவெல்லாம் அடைமழை விடாமல் கொட்டியது. விடிந்த பின்பு கூரைத்தண்ணீர் சொட்டிக் கொண்டிருப்பதை இவன் பார்த்தபடி உட்கார்ந்திருந்தான். அப்போது பையன் வந்து இவனிடம் பள்ளிக்கூடத்திற்கு புதிய டீச்சர் வந்திருப்பதாகச் சொன்னான். டீச்சரை, அப்பா வடக்கு வாசல் வீட்டில் குடிவைத்திருப்பதாகவும் சொன்னான்.

இவனுக்குப் புது டீச்சரைப் பார்க்க வேண்டும்போல் இருந்தது. ஏனென்று தெரியவில்லை. இரு தினங்கள் கழித்து அம்மாவே இவனை வடக்குவாசல் வீட்டிற்கு அனுப்பினாள். டீச்சருக்குப் பால் கொண்டுபோய்க் கொடுக்கச் சொல்லி. அந்த நாளின் முந்தைய இரவும் மழை பெய்திருந்தது. மழை வெயில் வரும் முன்பே தட்டான்களும் மழைக்குருவிகளும் தாழப் பறக்கத் தொடங்கியிருந்தன.

இவன் வடக்குவாசல் வீட்டைச் சமீபிக்கும்போதே, டீச்சர் வெளிவாசலில் கோலம் போட்டுக் கொண்டிருப்பதைக் கண்டான்.

டீச்சர் கோலம் போட்டுவிட்டு நிமிரும்போது, இவன் பால் சொம்போடு முன்னால் போய் நின்றான். ஈரவாசலில் கோலம் பிரமிப்பு ஊட்டியது. மயில் கழுத்து நிறமும் மஞ்சள் நிறமும் கலந்த பொடியில் தீட்டிய கோலம். இவ்வளவு அழகான கோலத்தை இந்த ஊரில் யார் வீட்டு வாசலிலும் இதுநாள்வரை இவன் கண்டதேயில்லை.

டீச்சர் இவனைச் சிரிப்போடு உள்ளே கூட்டிப்போனாள். வடக்குவாசல் வீடு தொட்டிக்கட்டு வீடு. சுற்றிலும் ஆசாரம் ஆசாரமாய் விரிந்துபோன புராதன அறைகள் நிறைந்தது. டீச்சர் இவனை நடு அறைக்குள் கூட்டிப்போய் மடக்குச் சேர் பிரித்துப் போட்டாள். இவன் உட்கார்ந்த பின்பு பார்த்தான். இருள் அண்டிப்போன வீடு பிரகாசம் ஆனதுபோல இருந்தது. அப்போது ரேடியோவிலிருந்து மெலிதான வாத்தியம் வந்து கொண்டிருந்தது. டீச்சர் சமையற்கட்டுக்குள் மறைந்து கொஞ்ச நேரத்தில் பால் பொங்கி, டீயுடன் வெளிப்பட்டாள். இவன் எதிரில் உட்கார்ந்து சிரிப்பு மாறாமலே பேசினாள்.

“நீதான் படிச்சுட்டு சும்மா இருக்கிறதா... ? அப்பா சொன்னாங்க...''

இவன் சிரித்தான். டீச்சர் இவனிடம் பேசிக்கொண்டே வீடெங்கும் சுழன்றபடி வேலை செய்தாள். சிவந்த தாட்டியான டீச்சரின் தோற்றத்தில் ஒரு வசீகரமிருந்தது. அதன் பின்பு சனி, ஞாயிறுகளில் கேரம் விளையாட, பரீட்சை பேப்பர் திருத்த என டீச்சரோடு இவனுக்கு அதிகநேரம் கழிந்தது. மேலும் டீச்சர் உரிமையோடு கண்டிப்பது பிடித்திருந்தது.

பொழுது தெற்கே போன அந்த மாதங்களில் குளத்திற்கு மறுபடியும் நீர்க்காகங்களும் நாரைகளும் திரும்பியிருப்பதாகச் சொன்னார்கள். இவன் டீச்சரை அழைத்துக் கொண்டு பார்க்கப் போனான். திரும்பி வரும்போது, கிளுவை வேலியில் கன்னிவிழிப் பூக்கள் பூத்துக் கிடப்பதை டீச்சருக்கு இவன் காட்டியபடி வந்து கொண்டிருந்தான். அந்த சாயங்காலந்தான் அப்பா, வேறு சில ஆள்களோடு இருவரையும் பார்த்துப் போனார்.

என்னடா ராகு... வீட்டுக்கு வராம இங்க உக்காந்துக்கிட்டு... எப்படா வந்தே... ?

நடேசன் இவன் தோளைத் தட்டி உலுக்கினான். நடேசன் வீட்டுக்குக் கோவிலிலிருந்து தெற்கே பிரிந்த வீதி வழியாகப் போக

வேண்டியிருந்தது. நடேசன் உப்பியிருந்தான். இளமை முடிந்துவிட்ட மாதிரி இருந்தது அவன் தோற்றம். நடேசன் வீட்டுப் பந்தல் முழுவதும் காகிதப்பூக்கொடி படர்ந்திருந்தது. பந்தலுக்கடியில் பெரியவர் ஒருவர் கட்டிலில் படுத்திருந்தார். வீட்டுக்குள்ளிருந்து ஒரு பெண் எட்டிப் பார்த்துவிட்டுப் போனாள். திண்ணையில் உட்கார்ந்தார்கள். இவனைப் பற்றி ஊரைப் பற்றி, மணியின் மரணம் குறித்து நிறைய விசாரித்தான் நடேசன். பேசிக் கொண்டேயிருந்தார்கள். அந்தப் பெண் ஆளுக்கொரு டம்ளரில் 'டீ' கொண்டுவந்து வைத்துவிட்டுத் திரும்பவும் உள்ளே போய் விட்டாள். இவனோடு இரவுச் சாப்பாட்டின்போதுதான் பேசினாள். திண்ணையில் பாய் போட்டபின் நடேசன் இவனை அழைத்துக் கொண்டு மெயின் ரோட்டிற்கு வந்தான். மளிகைக் கடையில் சிகரெட் வாங்கிப் பற்ற வைத்தபடி கேட்டான்.

"சும்மா பாக்கலாமுன்னுதானா... இல்ல ஏதாச்சும் சோலியா..?''

"சோலிதான்... ஒரு சின்ன சோலி... உன்னால மட்டுந்தான் முடியற சோலி...''

"அப்படியென்ன சோலி...''

"அப்பாவைப் பத்தினதுதான். அன்னிக்கு நீங்க... தாசிக்குறத்திக்கிட்ட விசாரிச்சப்ப நான் பிலுக்கிட்டேன்... இன்னிக்குத் தேவைப்படுது...''

நடேசன் சிகரெட்டை வீசியபடி கேட்டான்.

"உம்புத்தி ஏன்டா இப்படிச் குரூரமாப் போகுது... ஊர்ல உன்ன மாதிரி எனக்கெல்லாம் ஆண்டவன் வசதியை குடுத்திருந்தா இந்நேரம் நானெல்லாம் எங்கேயோ போயிருப்பேன் தெரியுமில்ல...''

"தெரியும். அதனாலதான் உனக்கெல்லாம் ஆண்டவன் வசதியைக் கொடுக்கல...''

நடேசன் முறைத்தான். மேலும் ஒரு சிகரெட்டைப் பற்ற வைத்தான். புகை கசிந்தது. அதன் கச்சலான வாசனை இவனுக்கும் பிடிக்கும்.

'செரி அத வுடு... அப்பாவப் பத்தினது இப்பெதுக்கு...''

"நான் ஒரு டீச்சரோடு பழகினேன்... அவுங்க ஒழுக்கமானவங்க... அப்பா எங்கமேல சந்தேகப்படறாரு... அவரு சந்தேகப்பட்டதனால தான் நானும் இத்தனை நாளைக்குப் பின்னால அவர் மேல சந்தேகப்படறேன்... அவர் இளமையிலும் ஏதாவது ஒரு அந்தரங்கம் இருக்கும்''.

"இருந்துட்டுப் போகட்டுமே... அது உனக்குத் தெரிஞ்சா மட்டும் உம்மேல உங்கப்பா சந்தேகப்படாம இருக்கப் போறாரா என்ன...?"

"ஆமா... நான் அதை அவர்கிட்டச் சொல்லி அவர் வாயை அடைப்பேன்..."

நடேசன் இவனையே உற்றுப் பார்த்தான். பின்பு சொன்னான்.

"உனக்கு உங்கப்பாவப் பத்தின விசயந்தானே வேணும்? சொல்லிடறேன். பின்னால ஏதாச்சும் விபரீதமாச்சுன்னா நாம் பொறுப்பல்ல..."

சிறிது இடைவெளிவிட்டுப் பேச்சைத் தொடர்ந்தான் நடேசன்.

"பதினெட்டு வயசிலிருந்து இருபத்துமூணு வயசு வரைக்கும் ஒரு கலியாணமான பொண்ணோட உங்கப்பாவுக்குத் தொடுப்பு இருந்திருக்கு... அப்புறம் தாசிக்குறத்தியோடகூட தொடுப்பு இல்ல... அவ்வளவுதான் நாங்க வெசாரிச்சோம்..."

"சரி அந்த பொம்பளை யாரு...?"

"எனக்குத் தெரியாது...?"

"பொய் சொல்லறே நீ...?"

"இல்லே... சத்தியமாவே எனக்குத் தெரியாது..."

"உங்கம்மா மேலே சத்தியமா தெரியாதுன்னு சொல்லு..."

நடேசன் எழுந்து தடத்தில் நடந்தான் எதுவும் பேசாமலேயே... இவன் நடுரோட்டில் நின்று கத்தினான்.

"நீ சொல்லாமல் போனா நான் இப்பிடியே ஊருக்குப் போயிருவேன்..."

"போய்க்க... கடேசி பஸ்ஸும் போயிருச்சு..."

இவன் திரும்பி நடக்கத் தொடங்கினான். நடேசன் திரும்பி வந்து தடுத்துக் கேட்டான்.

"அவசியம் அது யாருன்னு தெரிஞ்சுதான் ஆகணுமா...?"

"ஆமா..."

"அது எங்கம்மா..."

- காலச்சுவடு, அக்டோபர் 2003

பிணம் தழுவியவன்

பாதசெல்லியன்கோவில் பூசாரிக்கு இரண்டு நாளாக நிஜத்தில் அருள் வந்து கொண்டிருந்தது. அருளில் முன்ஜென்மத்து நிகழ்வுகள் ஓடின. சுடுகாட்டில் தீப்பந்தங்கள் எரிகின்றன. ரூபமற்ற ஆவிகள் தீப்பந்தங்களைச் சுற்றிலும் கும்மியடிக்கின்றன. லட்சணமான ராஜகுமாரியைப் பாடையில் கொண்டு வந்து இறக்குகின்றனர் அசுரர்கள். நரகத்திற்கும் சொர்க்கத்திற்கும் இடையிலுள்ள கோட்டை மதிற்சுவரில் ராஜகுமாரியின் உயிர் பறந்துபோய் ஒட்டிக் கொள்கிறது. உயிரை மீட்பதற்கான பூஜையில் இறங்கிய தேவர்களைத் தேடிப்பிடித்து அழிக்கிறது அசுரர்படை. தேவர்கள் எங்கேயோ ஒளிந்துகொண்டு வருண ஜெபம் செய்கின்றனர். காற்றும் மழையும் சுடுகாட்டைச் சூழ்கிறது. அசுரர்கள் கலைந்து ஓடுகின்றனர். வெள்ளம் வழிகிறது. உயிரற்ற ராஜகுமாரியின் உடம்பு அழகு கொள்ளாமல் மினுக்குகிறது. குனிந்து ராஜகுமாரியைத் தொடுகிறார் பூசாரி. சுடுகிறது ராஜகுமாரியின் திரேகம். அவருக்கு உடம்பு வெட்டுகிறது. வாயில் நீர் ஒழுகுகிறது. எழுந்து உட்கார்ந்தும் நடுக்கம் குறையவில்லை. விடியற்காலை நேர அருள் வேறு என நினைக்கவே பயம் எழுந்தது. பகலெல்லாம் வேலை ஓடாமல் அருள் பற்றிய ஞாபகமாகவே இருந்தது.

பாதசெல்லியன் கோவில் ஊரைவிட்டுத் தள்ளியிருந்தது. ஆற்றுக்குப் போகும் வழியிலிருந்து பிரிந்து போக வேண்டியிருந்தது. கோவிலைச் சுற்றிலும் உமிஞ்ஞை மரங்கள் கவிழ்ந்து கிடந்தன. எல்லாம் நீண்டகாலத்து மரங்கள். முக்கால்வாசி மரங்கள் பெரிய பொந்து கொண்டவை. பொந்துகளில் மைனாக்கள் குடியிருந்தன. மரங்களுக்கிடையில் மொட்டைப் பாறைகள் மேடும் பள்ளமுமாக வெடிப்புக் கண்டு கிடந்தன.

பாறை மத்தியில் பாதசெல்லியன் எழுந்தருளியிருந்தார். ஐயனாரின் தோற்றம், முக அமைப்பு கொண்டவர் பாதசெல்லியன். அவருக்குத் தொங்கிய நாக்கு, எந்திய பற்கள், மேலேறிய விழிகள், தொப்பை வயிறு, கைகளில் வீச்சரிவாள் _ என ஐயனாரின் மறு அவதாரம் என்றுகூடச் சொல்வார்கள். பாதசெல்லியனுக்குப் பின்புறம் கல்நிழவு கொண்ட கோவில் கட்டப்பட்டிருந்தது. வேட்டைக்குப் போவதான தோற்றத்தில், கோடு கோடான ஓவியம். வண்ணம் மங்கிப் போய்விட்டது. எந்தக் காலத்தில் யார் வரைந்ததோ யாருக்கும் தெரிந்ததில்லை. உமிஞ்ஞை மரங்களுக்குள் புகுந்துபோகும் காற்றின் முறைச்சல் கோவிலுக்குள்ளே எதிரொலித்துக் கொண்டே இருந்தது. வாதுகளுக்குள்ளே மைனா குரல் எழுப்பும்போது குரலுக்கு இசைவாக வாய் திறந்து மூடுவதுபோலவே தோன்றியது. வேறு குருவிகள் குரலிடும்போது இதுபோல இசைவு அமைவதில்லை என நினைத்தான் பூசாரி.

முன்புபோல இப்போது கோவிலுக்கு சனங்கள் வருவதில்லை. எப்பவாவது சாயந்தரத்தில் வந்து பண்டாரம் பூசாரியைக் கூட்டிப் போவான். செரவு போடுவதாக, தாண்டி வைப்பதாக இப்படி ஏதாவது இருந்தது. இரண்டு ரூபாய் காணிக்கை கிடைத்தது. ஊருக்குள் போய்விட்டுத் திரும்பி வரும்போது, பண்டாரம் சாராயம் வாங்கிக் கொடுப்பான். அன்றைக்கு மட்டும் பூசாரி பாதசெல்லியனுக்கு முன் வேல் நட்டிருந்த பாறையில் படுத்துக் கொள்வான்.

இங்கு வருவதற்கு முன்பு பூசாரி பொம்மைக் கூத்து நடத்திக் கொண்டிருந்த கூட்டத்தோடு திரிந்தான். பொம்மைக் கூத்து முடிந்து, மழை வரும்போல் இருந்த ஒரு நடுராத்திரியில் பூசாரியும் அவளும் மட்டுமே கூடாரத்தில் இருந்தார்கள். கூடாரத்திற்கு வெளியே நின்று இரண்டுபேர் கூப்பிடும் குரல் கேட்டது. பூசாரி வெளியே எழுந்து போனான்.

இரண்டு பேரும் பூசாரியை ஊரைவிட்டுத் தள்ளிக் கூட்டிப் போனார்கள். பூசாரிக்கு சாராயமும் ஆட்டு வறுவலும் கொடுத்தார்கள். பூசாரிக்குப் போதை ஏறிக்கொண்டிருந்தது. எட்டுக்கட்டை சுருதியில் விட்டுவிட்டுப் பாடிக் கொண்டிருந்தான். இரண்டு பேரும் சிரித்தபடி இருந்தனர். அப்போது ரெட்டை சாரட்டு குதிரை வண்டி ஒன்று வந்து நின்றது. அவர்களை ஒட்டி இரண்டு பேரும் பூசாரியை விட்டுவிட்டுக் குதிரை வண்டியில் போய் ஏறிக் கொண்டனர்.

பூசாரி விடிவதற்குக் கொஞ்சம் முன்னால் எழுந்து கூடாரத்திற்கு வந்தான். அவள் அழுது கொண்டிருந்தாள். பொம்மைகள் கலைந்து கிடந்தன. அவளுக்குக் குழந்தை பிறந்தபோது, சிவப்பாக லட்சணமாகப் பிறந்தது. அன்று இரவு பூசாரி நாடோடிக் கூட்டத்தைவிட்டு ஓடிவந்து விட்டான். எங்கெல்லாமோ அலைந்தான். கடைசியில் இங்குவந்து பாதசெல்லியனுக்குப் பூசாரி ஆகிவிட்டான்.

ஊரில் முனி அப்புச்சி சாட்டும்போது எல்லாம் பூசாரிதான். அருள் வந்துவிடும் பூசாரிக்கு. முனி அப்புச்சியை விரட்டும் ராத்திரி முனியாகவே மாறிவிடுவான். ரத்தப் பலி கொடுக்கும்போது, பூசாரி சேவலைக் கடித்து ரத்தங்குடிப்பதைக் கண்டு ஊரே பயக்கும். காளியம்மன் சாட்டுக்கும் அப்படித்தான். நாற்பத்தெட்டு நாள் விரதமிருப்பான். பொங்கலன்னைக்குப் படுகளம் விழுபவர்களைப் பூசாரிதான் எழுப்புவான். மாவிளக்கு கொண்டு போகும்போது, கொட்டுக்கு முன்னால் சாமி ஆடிக்கொண்டு போவான் பூசாரி. ஒவ்வொரு வீதி முச்சந்தியிலும் நின்று சனங்களைக் கூப்பிட்டுக் கணக்குச் சொல்லுவான். ஊரில் எல்லா தெய்வ காரியங்களும் பூசாரியை மையமிட்டே நடந்தன.

பக்கத்து ஊர்களில் பேயோட்டுவதற்குப் பூசாரியை வந்து கூட்டிப் போவார்கள். பேயோட்டும் அன்று மதியமே பண்டாரம் வந்து விடுவான். பூஜைக்கான சாமானெல்லாம் பண்டாரம்தான் வாங்கி வருவான். பெரும்பாலும் பழனிமலை போய் வாங்கி வருவான். இருட்டிய பின்பு ஆறாக்குயவன் வீட்டிற்குச் சென்று உருவாரம் பிடித்து வருவான். ஆறாக்குயவன் தான் பாதசெல்லியன் கோயிலுக்கு உருவாரம் செய்து கொடுத்துக் கொண்டிருந்தான். காளை உருவாரம், குதிரை உருவாரம், மனித உருவாரம் என விதவிதமான உருவாரங்கள் செய்து கொடுப்பான்.

பண்டாரம் பிடித்துவரும் உருவாரம் எப்பொழுதும் சிறிய அளவில் இருக்கும். பேயோட்டிய சாமத்தில் பண்டாரம், உருவாரத்தை எடுத்துக் கொண்டு பாங்கிணறு தேடிப்போவான். பகலிலேயே பாங்கிணற்றைப் பார்த்து வைத்திருப்பான். உருவாரத்தைப் பாங்கிணற்றில் வீசிவிட்டுப் பண்டாரம் திரும்பிப் பார்க்காமலேயே வருவான். பூசாரி தயாராக இருப்பான். பாதசெல்லியன்கோவில் வந்ததும் சாமான் பையைப் பண்டாரமே எடுத்துக் கொள்வான். பண்டாரம் கிளம்பிப் போனபின் ரத்தப்பலிக்கு வந்த சேவலை பூசாரி வறுக்க ஆரம்பிப்பான். கிழக்கே மெல்ல மெல்ல விடிந்து கொண்டிருக்கும்.

பாதசெல்லியன்கோவில் மதியத்திலேயே நிழல் கவிழ்ந்து இருட்டிய மாதிரியிருந்தது. நிசப்தம் உறைந்து போயிருந்தது. மைனாவின் சப்தம்கூட அடங்கிவிட்டிருந்தது. ஊர்த்தடம் யாருமற்றுக் கிடந்தது. பூசாரி கோவில் கல்நிழலில் தலைவைத்துப் படுத்திருந்தான். நினைப்புகள் எங்கேயோ போய் மீண்டு வந்து கொண்டிருந்தன. திடீரென பிரக்ஞை தவறியது. தூக்கம் சொருகிவிட்ட மாதிரியொரு நிலை ஏற்பட்டது. அருள் வந்துவிட்டது.

ராஜகுமாரியின் ஸ்பரிசம் வாழ்நாளில் கண்டிராத சந்தோசத்தைக் கொடுக்கிறது. பூவை வருடிய மாதிரி ராஜகுமாரியின் மேனியெங்கும் வருடுகிறார் பூசாரி. ராஜகுமாரியின் திரேகத்திலிருந்து நறுமணம் கொப்பளிக்கிறது. முயங்குகிறார். சலிப்பே கண்டிராத முயக்கம். தொடர்ந்து கொண்டேயிருக்கிறது.

விடியலை ஒத்திவைக்கிறது இரவு. யுகங்கள் வேகமாக நகர்கின்றன. பாதசெல்லியன் குதிரையில் வந்திறங்குகிறார். பூசாரியைக் கழுத்தைப் பிடித்து மேலே தூக்குகிறார். முகிலினூடே ஆகாயவெளியில் இழுத்துப் போகிறார். பூசாரியின் அலறல் ஒவ்வொரு கிரகத்திலும் எதிரொலிக்கிறது. கடைசியாக கோவர்த்தன பண்டிதரின் திண்ணைப் பள்ளிக்கூடத்தில் கொண்டுபோய்ச் சேர்த்துவிடுகிறார். பூசாரி சின்னப் பையனாகிவிடுகிறார். பாடம் தொடங்கி வெகுநாட்கள் கழித்து கோவர்த்தன பண்டிதர் பிரம்பால் அடித்தபடி பேசுகிறார்.

"கந்தப்பா நீ பிணம் தழுவப் பிறந்தவன். இப்பொழுது அதிலிருந்து விடுபட்டு வந்துவிட்டாய்... இருந்தபோதிலும் பிணங்களைப் பார்க்கும் போது, நீ தழுவியே தீருவாய். உன் முன்னோர்கள் எல்லாம் பிணம் தழுவியவர்கள்தான்...''

"பிணம் தழுவியர்கள்னா...?''

"அந்தக் காலத்தில் சாமி, பேய், பிசாசு, ஆவிகள் மேலே நிஜமான நம்பிக்கையிருந்தது. ஓர் உயிர் உடலை விட்டுப் பிரியும்போது நிராசையோடு பிரிந்ததென்றால், அது ஆவி ரூபத்தில் ஊரையே சுற்றி அட்டூழியங்கள் செய்யும் என்பது நம்பிக்கை. அப்படி ஓர் உயிர் இறந்தால் அதன் நிராசையெல்லாம் தீர்த்துவைத்த பின்புதான் அதன் உடலைத் தகனமோ, அடக்கமோ செய்வார்கள். ஒருவன் நல்ல சாப்பாட்டின்மேல் ஆசைகொண்டு அவனுக்கு அது கிடைக்காமலேயே இறந்து விட்டால், அவனை அடக்கம் செய்யும்பொழுது நல்ல சாப்பாட்டு வகைகளைப் படையல் வைத்துப் பூஜை செய்து, பிணத்திற்கு ஊட்டிவிட்ட பின்புதான் அடக்கம் செய்வார்கள். இல்லையென்றால், அவன்

அதிகம் ஆசைப்பட்ட பொருளைக் குழியில் போடுவார்கள். அப்படிச் செய்தால் நிராசையெல்லாம் நிறைவேறிவிட்டதாக அர்த்தமாகிறது. அதுபோல் ஒரு கன்னிப்பெண் இறந்துவிட்டால், அப்பெண்ணை கன்னி கழிக்காமல் அடக்கம் செய்யமாட்டார்கள். கன்னிப் பேய்க்கு விசை அதிகமாம். ஊரையே பிடித்து ஆட்டிவிடுமாம். சுடுகாட்டில் அதுமாதிரி கன்னிப் பிணங்களைத் தழுவுவதற்கென்றே ஒரு கூட்டம் முறைமை வாங்கி எல்லா ஊர்களிலும் வாழ்ந்து கொண்டிருந்தது. நீ அந்தக் கூட்டத்தைச் சேர்ந்தவன்...!''

"அதே மாதிரி கல்யாணமாகாத ஆண்கள் இறந்துவிட்டால்...?''

"ஆண்களின் ஒழுக்கத்தின் மேல் அப்போதைய மக்களுக்கே நம்பிக்கையில்லை போலும்... அவர்களை யாரும் தழுவுவதில்லை.''

கோவர்த்தன பண்டிதர் சிரிக்கிறார் பெரிதாக.

பூசாரி கல்நிழலில் தலையை அடித்துக் கொண்டேயிருந்தான். நெற்றியில் ரத்தம் வடிந்தது. பைத்தியம் பிடித்துவிடும் போல் தோன்றியது. பண்டாரம் வந்து சப்தமிட்டான். பூசாரி திடுக்கிட்டான். பண்டாரத்தையே உற்றுப் பார்த்தான். விழிகள் மேலேறியிருந்தன. வெளிறி சிவப்பாயின. கண்ணீர் சுரந்தது. உடம்பு மொத்தமும் வேர்வையில் நனைந்து கிடந்தது. பொழுது இறங்க இறங்க காற்று வேகமெடுத்தது. உமிஞ்ஞையின் ஊடே புக ஆரம்பித்தது. முறைச்சல் அதிகமாயிற்று. வேல் மணிகள் சலசலத்துக் கொண்டேயிருந்தன. பண்டாரம் பேசினான்.

உன்னையெ பட்டகாரர் கூட்டிட்டு வரச் சொன்னாரு...

பூசாரி எழுந்தான். கிணற்றடிக்குப் போய்க் குதித்தான். பண்டாரம் கோவிலைக் கூட்ட ஆரம்பித்தான். மைனாக்கள் குரல் எழுப்பத் துவங்கின. ஊர்த்தடத்தில் எவனோ வெள்ளாடு ஓட்டிப்போய்க் கொண்டிருந்தான். புழுதி மேலெழும்பிக் கொண்டிருந்தது.

பட்டகாரர் வீடு போனதியும் பூசாரி ஆச்சரியப்பட்டான். அரண்மனை என்று சொல்வதில் தப்பே இல்லை எனப்பட்டது. இதற்கு முன்பு இது மாதிரியான வீடுகளைப் பார்த்ததில்லை பூசாரி. நிறைய தூண்கள் கொண்ட பெரிய ஆசாரம். ஆசாரத்தைச் சுற்றிலும் வேலைப்பாடு அமைந்த கதவு உடைய அறைகள். எங்கும் மங்கிய வெளிச்சம்.

பண்டாரம் ஆசாரத்து நடையிலிருந்து குரல் கொடுத்தான். ஒவ்வோர் அறையிலிருந்தும் சனங்கள் எட்டிப் பார்த்தனர். பட்டக்காரர்

வந்ததும் கும்பிட்டான் பூசாரி. ஆசாரத்தைக் கடந்து வடக்கு மூலையில் ஓர் அறைக்குக் கூட்டிப் போனார்கள். ஜன்னல் கம்பிகளைப் பிடித்தபடி பட்டகாரரின் பெண் நின்றிருந்தது. வெளியே அறைக்கதவு பூட்டப்பட்டிருந்தது. பூசாரி அப்பெண்ணையே பார்த்தான். பட்டகாரர் சொன்னார்:

“எப்படியாச்சுன்னு தெரியலே... ரெண்டு நாளாதான் இப்படி... எல்லோரும் பேயோட்டினா செரியா போயிடுமுன்னு சொல்றாங்க... நான் பூசாரியத்தான் முழுசா நம்பியிருக்கேன்...''

பூசாரி திரும்பி வந்து ஆசாரத்தின் நடுவில் சப்பணமிட்டு உட்கார்ந்திருந்தான். பூசாரியின் முகம் சோபையிழந்துவிட்டது. தலைதாழ்ந்து போயிற்று. யோசித்தபடியே இருந்தான். வேறு பெண்கள் அப்பெண்ணைக் கூட்டி வந்து பூசாரியின் முன்னால் பிடித்து நிறுத்தினர். பெண் சலனமற்று நின்றது. பூசாரி எழுந்து இடுப்பில் கட்டியிருந்த துண்டை அவிழ்த்தான். செரவு அடித்தான். மந்திரங்கள் வாய்க்குள்ளேயே நின்று கொண்டன. திருநீறு அள்ளி அப்பெண் முகத்தில் வீசினான். அப்பொழுதும் அப்பெண் சலனமற்றே நின்றது.

பூசாரி பட்டகாரின் காலில் விழுந்து, எழுந்து சொன்னான். “மூணு நாளைக்கு செரவடிச்சா எல்லாம் சரியா போயிடுமுங்க எஜமான்...''

பூசாரி வெளியேறி வரும்போது, திரும்பிப் பார்த்துக்கொண்டே வந்தான். ஏனோ பயந்து போயிருந்தான். பாதசெல்லியன் கோவில் தடம் வந்ததையும் பண்டாரம் மடியில் சொருகியிருந்த சாராய பாட்டிலை வெளியே எடுத்தான். பூசாரி கேட்டான்.

“ராஜகுமாரிக்கு எப்படி திடீர்னு, இது மாதிரி...''

“என்ன ஔர்றே... ராஜகுமாரி அது இதுன்னு...''

“ராஜகுமாரிதா... அது...''

“எஜமாங்க பொண்ணு பேரு புவனேஷ்வரி...''

“இல்ல... ராஜகுமாரி...''

பண்டாரம் மேற்கொண்டு பேசவில்லை. சாராயம் குடித்ததும் போய் விட்டான். பூசாரி வேல் நட்டிருந்த பாறையின் முன்பு படுத்துக் கொண்டே யோசித்தான். கண்கள் வெறித்தபடியிருந்தது. நட்சத்திரங்கள் வானம் கொள்ளாமல் நிறைந்திருந்தன. பழகிய இருளின் சப்தம் வெற்றிடமாக எழுந்தது. இருந்திருந்தாற்போல் பூசாரி கனவில் வந்த ராஜகுமாரி... கனவில் வந்த ராஜகுமாரி... என கத்தியபடி எழுந்து ஓடினான். திரும்பி வந்து வெறிபிடித்தாற்போல வேல் மணியைப்

பிடித்து உலுக்கியபடி சப்தமிட்டான். மணியின் சலசலப்பு... பூசாரியின் சப்தம் எல்லாமே காற்றின் முறைச்சலோடு அமிழ்ந்து போயிற்று.

இரண்டாம் நாள் செரவு போடும்போது ராஜகுமாரியின் கண்களை உற்றுப் பார்த்தான் பூசாரி. வெண்மை படர்ந்த தெளிவான அதே கண்கள். திரேகத்திலிருந்து வரும் அதே நறுமணம் வீசிற்று.

மூன்றாம் நாள் பூசாரி செரவடிக்க அரண்மனைக்குப் போனபோது, அரண்மனை நிசப்தம் வாங்கிக் கொண்டிருந்தது. பெண்கள் வாயில் முந்தானையை வைத்து சப்தமில்லாமல் அழுது கொண்டிருந்தனர். பட்டகாரரைக் காணவில்லை.

பூசாரி வடக்கு மூலை அறைக்குப் போய் எட்டிப் பார்த்தான். உள்ளே ராஜகுமாரி மல்லாக்க துயில் கொண்ட மாதிரி கிடந்தாள். பூசாரி திரும்பவும் ஆசாரத்துக்கு வந்தபோது, உறவுச் சனங்கள் நடையில் நுழைந்து கொண்டிருந்தனர். திமுதிமுவென ஒப்பாரி ஆரம்பித்து விட்டது.

பூசாரி வெளிவாயிலை ஒட்டிய வாசலுக்கு வந்தான். வேலாம் மர நிழலில் ரெட்டை சாரட்டுக் குதிரை வண்டி ஒன்று மங்கிப்போய் நின்றிருந்தது. வெகுகாலத்திற்கு முந்திய வண்டியாக இருக்கும்போலப் பட்டது. பூசாரி வண்டியையே கண் எடுக்காமல் பார்த்தபடியிருந்தான். பண்டாரம் பூசாரியைத் தொட்டுச் சொன்னான்.

"சின்ன வயசுல எஜமாங்க ஒட்டிய வண்டி... இப்போவெல்லாம் கார்தான்...''

பண்டாரம் போனபின்னும் பூசாரி அதே இடத்தில் நின்றான். ரெட்டை சாரட்டுக் குதிரை வண்டியைப் பார்த்துக் கொண்டேயிருந்தான்.

பகலிலேயே உக்கிரம் எடுத்திருந்தது. முகில்கள் தேங்கிப் போயின. கொடிக்கால் மூலையில் மின்னியது. கொடிக்கால் மூலையில் மின்னினால் விடியற்காலையில் மழை வரும் என்பார்கள். பண்டாரம் கோவில் பக்கமே வரவில்லை. பட்டகாரர் வீட்டிலேயே கதியெனக் கிடந்தான்.

இருட்டிவிட்டது. பூசாரி ஊர்த்தாண்டி நடந்துபோய் சாராயம் குடித்துவிட்டு வந்தான். திடீரென காற்று அடங்கியது. முகில்கள் தாழ்ந்திருந்தன. உமிஞ்ஞைக்குள் பயப்படும்படியான நிசப்தம் இழையோடியது. பிரபஞ்சத்தின் எல்லா ரூபங்களையும் தன்னுள் அடக்கி விஸ்வரூபம் எடுத்த மாதிரி பாதசெல்லியன் எழுந்து

நின்றிருந்தார். ஊர்த்தடத்தில் ராஜகுமாரியைப் புதைத்த ஊர் சனங்கள் விரைசலாகப் போய்க் கொண்டிருந்தார்.

மழை இறங்கியது. துளிகள் கனத்த கார்மழைக்கே உண்டான குணம் தெரிந்தது. நீர் பெருக்கெடுத்தது. பூசாரி கிளம்பி சுடுகாட்டுத் தடத்தில் நடக்கத் தொடங்கினான். தூறல்கள் முகத்தில் அறைந்தன.

மறுதினம் விடியற்காலையில் பண்டாரம் கோவிலுக்கு வந்து பூசாரியைத் தேடினான். பூசாரி தட்டுப்படாமல் போகவே சிறிது நேரம் உட்கார்ந்து பார்த்தான். பூசாரியைக் காணவேயில்லை. பின் கிளம்பினான். சுடுகாட்டுப் பாதை தாண்டும்போது சுடுகாட்டு வேலிப்புதருக்குள் நாய்கள் சண்டையிடுவது கேட்டது. பட்டகாரர் பெண்ணைப் புதைத்த குழிமேட்டைத் தூர நின்று எட்டிப் பார்த்தான். பிணத்தை யாரோ வெளியே இழுத்துப் போட்டிருப்பது தெரிந்தது. உப்பிய பிணம் அலங்கோலமாகக் கிடந்தது. நாய்களை விரட்டிவிட்டு கிட்டேபோய்ப் பார்த்தான்.

பிணத்திற்குச் சற்றுத் தள்ளி பூசாரி அம்மணமாக மல்லாந்து கிடப்பதைக் கண்டான். உடம்பு சலனமற்றுப் போயிருந்தது. வாயில் ஈக்களும் எறும்பும் மொய்த்தபடியிருந்தது. விடைத்த குறியில் ரத்தம் உறைந்திருப்பதைக் கண்டதும் முதன்முறையாகப் பயம் எழுந்தது. ஊர்த்தடத்தைப் பார்த்து வேகமாக ஓடினான். சப்தமிடத் துவங்கினான்.

ஊர்சனங்கள் வந்து பார்த்ததும் பேசிக் கொள்ளத் தொடங்கினர். "கன்னிப் பேயீ... ஆள அடிச்சுப் போட்டிருச்சி..."

"வெசையதிகமுன்னு சொல்லறது செரியாத்தா இருக்கு... கோயில்ல இருந்தவென இங்கு இழுத்து வந்துல்ல அடிச்சிருக்கு..."

மேலும் சனங்கள் வந்தபடியிருந்தனர். கிழக்கே வெளுத்துக் கொண்டிருந்தது. முகில்கள் சாம்பல் பூத்துக்கிடந்தன. நீண்ட நாட்களுக்குப் பின்பு அன்று வெள்ளி முளைத்திருந்தது.

- உலக தமிழ்.காம், பிப்ரவரி_2004

கிணற்றில் குதித்தவர்கள்!

இந்த ஊர்ப்பக்கம் கிணற்றில் குதித்தவர்கள் அதிகமில்லை. அப்படியே கிணற்றில் குதித்தவர்கள் யாரும் செத்துப் போனதாகவும் தகவல் இல்லை. எல்லாக் கிணறுகளுக்குமே உயிரைக் குடிக்காத ஒரே சுபாவம் இருந்தது. சாமி சத்தியவாக்கு என்றுகூடச் சொல்வார்கள். நினைவு தெரிந்த நாளிலிருந்து பார்த்தால், கிணற்றில் குதிப்பது அபூர்வமாகத்தான் நடந்திருந்திருக்கிறது.

அவர் பார்க்க முதன்முதலில் கிணற்றில் குதித்தவன் முகம் இன்னும் அப்படியே ஞாபகத்தில் இருந்தது. சின்னப் பையனாக இருந்த காலம், அப்போது பூசாரிக்காட்டு ரெங்கண்ண கவுண்டர், வயலில் கிணறு வெட்டிக் கொண்டிருந்தார். ராஜவெட்டுக்காரன் குடும்பம்தான் கிணறு வெட்டியது.

அந்தக் காலத்தில் ராஜவெட்டுக்காரன் கிணறு வெட்டுவதில் பிரசித்தமாக இருந்தான். இந்தச் சுற்றுவெளி ஊர்க் கிணறுகளெல்லாம் ராஜவெட்டுக்காரன் சம்மட்டி அடியால் ஆழங்கண்ட வைத்தான். ராஜ வெட்டுக்காரன் தோண்டினாலே நீர், வெள்ளப்பெருக்காக ஊற்றெடுத்தது. கங்கையே ஓடிவரும் என்கிற நம்பிக்கையும் மேகாட்டுக் குடியானவர்களிடம் இருந்தது.

அன்றும் மேகாற்று கொடூரமாக வீசியது. பொழுது சாயத் தொடங்கியிருந்தது. திடூரென ஊர்ச்சனங்கள் ரெங்கண்ண கவுண்டரின் வயலைப் பார்த்து ஓடினார்கள். அவரும் கூட்டத்தோடு ஓடினார். வயலை சமீபிக்கும்போதே சனங்கள் சிலர் எதிரில் வந்து கொண்டிருந்தார்கள். சப்தமாகப் பேசியபடி.

“அவெ இனிப் பொழைக்க மாட்டே...''

“எத்தினி பேத்துக்கிட்ட மும்பணம் வாங்கித் தின்னுருக்காளோ?''

ராஜவெட்டுக்காரனைக் கிணற்று மேட்டில் கயிற்றுக் கட்டில் போட்டு எடுத்துப் போட்டிருந்தார்கள். பார்ப்பதற்கே பரிதாபமாக இருந்தது. பொங்கைப் பொசித்த கோழிக்குஞ்சு மாதிரி சுருண்டு கிடந்தான். வெறு மேலெங்கும் ரத்தக் கறைகள். கை கால்கள் உணர்ச்சியற்றுக் கிடந்தன. மூச்சு மட்டும் இழுத்தபடியிருந்தது.

ராஜவெட்டுக்காரன் பொண்டாட்டி ஒப்பாரி வைத்து அழுதாள். அவள் ஓலம் ஊர்ச் சனத்தையே கரைத்தது. கூட கிணறு வெட்டும் ஒட்டப் பெண்கள் வந்து அவளை இழுத்துப் போனார்கள். ரெங்கண்ண கவுண்டர் மட்டும் தொளைவாரியில் நின்று கொண்டு ரௌத்ரம் பொங்கக் கத்தினார்.

“புருஷந் தண்ணி போட்டா ஞாயம். பொண்டாட்டியும் சேந்து தண்ணி போட்டு ஆடினா மயிரப் புடுங்குமா...''

ரெங்கண்ண கவுண்டருக்குக் கிணற்று வெட்டு பாதியில் நின்று போன வருத்தமாகக்கூட இருக்கலாம். ஆடி மாதம் முடியும் தறுவாயில் வேறு இருந்தது. வானம் பருவமழை பெய்வதற்கான ஆலம்பரம் செய்து கொண்டிருந்தது. சவ்வாரி வண்டி வந்து ராஜவெட்டுக்காரனை தாராபுரம் ஆஸ்பத்திரிக்கு ஏற்றிப் போனபோது நன்கு இருட்டிவிட்டது.

இரண்டு மூன்று மாதங்கள் போயிருந்தது. ஒருநாள் சேந்து கிணற்று ஆலமரத்தடியில் ராஜவெட்டுக்காரன் உட்கார்ந்து பீடி குடித்துக் கொண்டிருந்தான். எப்போது அவன் ஊருக்குத் திரும்பி வந்தான் என யாருக்கும் தெரியவில்லை.

ஆள் அப்படியே, கன கம்பீரமாகப் பழைய பொலிவிலேயே இருந்தான். பக்கத்தில் சுருட்டிய சாக்குப் பை இருந்தது. சாக்குப் பையிலிருந்து வெடிமருந்து வாசனை கச்சலாக வந்தது. ஊர்ச்சனங்களுக்கு ராஜவெட்டுக்காரனைக் கண்டதும் வியப்பாகப் போய்விட்டது. அவன் பிழைத்து வந்திருப்பான் என எவருக்கும் நம்பிக்கையில்லை. ரெங்கண்ண கவுண்டருக்கு சந்தேகம்கூட வந்து விட்டது. அருகில் போய்த் தடவியே பார்த்தார். முறிந்த எலும்புகள் கச்சிதமாகக் கூடியிருந்தன.

அதன் பின்பு வெகுகாலம் யாரும் கிணற்றில் குதிக்கவேயில்லை. அவருக்கு மீசை அரும்பியிருந்தது. அந்த வருஷம் பருவத்திலும் கார்போகத்திலும் அமோகமாக மழை பெய்தது. கிணறுகளெங்கும் தண்ணீர் மேலே வந்து கடை போயின. குடியானவர்கள் கோழி கூப்பிடவே கருக்கல்லில் கபிலை பூட்டினர். சால்பரி பாம்பேரியில் அடிக்கும் சப்தம் கேட்டபடியே இருந்தது.

எல்லா நாளும் பொழுது பனை உயரம் வரும்வரை ஐயா தோட்டத்தில் கபிலை ஓட்டினார். அவர்தான் தண்ணீர் பாய்ச்சிக் கொண்டு இருந்தார். இணை பங்கை கிருஷ்ணசாமிக் கோனார் பிடித்திருந்தார். இது தவிர கிருஷ்ணசாமிக் கோனாருக்கு மேலும் மூன்று தோட்டங்கள் இருந்தன. மகன் தேவராஜ் பொறுப்பில் விட்டிருந்தார். கபிலை ஓட்ட ஆட்கள் போட்டிருந்தார்.

அன்றும் எப்பொழுதும் போலவே கிருஷ்ணசாமிக் கோனார் வந்து தொளைவாரியின் மேல் உட்கார்ந்து கொண்டார். ஆட்களை ஏவியபடி இருந்தார். கபிலை அவிழ்த்து விடும்போது, வெயில் ஏறிவிட்டது. ஆட்கள் எருதுகளைக் கட்டுத்தரையில் கட்டிக் கூளம் அள்ளிப் போடும்போது, ஊர்த்தடத்திலிருந்து தேவராஜ் வந்தான். கிருஷ்ணசாமிக் கோனார் எதிர்கொண்டு போய்ப் பேசினார். என்னவாக இருக்கும் எனத் தெரியவில்லை. வாய்த் தகராறு ஆயிற்று. கபிலை ஓட்டிய ஆட்டிகள் எல்லாம் தூரப்போய் நின்று வேடிக்கை பார்த்தனர்.

இரவு வீட்டிலும் சண்டை நடந்தது. ஒரே நேரத்தில் சண்டை முற்றிவிட்டது. ஊர் கேட்குமளவு சப்தம் போட்டான், தேவராஜ். பெண்கள் ஆசாரத்துத் தூணோரம் நின்று அழுதனர். மறுநாள் இரவு பெரிய வீட்டுக்காரர் வெளித்திண்ணையில் வைத்து ஊர்ச்சனங்கள் முன்னிலையில் நியாயம் பேசினார்கள். சாமம் தாண்டியும் பேச்சு தொடர்ந்தது. நியாயம் முடிந்தபாடில்லை. சனங்கள் பேசியபடி எழுந்து கலைந்து போனார்கள்.

“உரி நெய்யெ நரி தூக்கிட்டுப் போன கத எங்காச்சுமுண்டா? அப்பஞ் சொத்து புள்ளைக்குத் தானே வரும்கிற அருமை இந்த தேவராஸுக்குத் தெரியாமல் போச்சே... பாவிப்பய அதுக்குள்ள இப்படிப் பறக்கிறானே...''

ஐயா தேவராஜைக் குறித்து அவரிடம் இப்படிச் சொன்னார். விடிந்ததும் கிருஷ்ணசாமிக் கோனார் தாராபுரம் கிளம்பிப் போனார். இரண்டு நாட்கள் மகள் வீட்டில் தங்கியிருந்துவிட்டுத் திரும்பி வந்தார். எப்படியோ ஊருக்குள் விஷயம் கசிந்துவிட்டது. தேவராஜ் காதுக்கும் எட்டிவிட்டது. கபிலை பூட்டும்போது ஐயா அவரிடம் சொன்னார்.

“கடேசி காலத்துல கோனாருக்குப் புத்தி போகுது பாத்தியா... ரெண்டு தோட்டத்தெ புள்ள பேருக்கு எழுதி வச்சிட்டாராமே...?''

மதியம் வாக்கில் தேவராஜ் கிணற்று மேட்டு தொளைவாரிக் கல்லில் வீச்சரிவாளைத் தீட்டிக் கொண்டிருந்தான். அவர் பார்த்துவிட்டுப் போய்

வீட்டில் சொன்னார். பெண்கள் பயந்தனர். கிருஷ்ணசாமிக் கோனார் பொருட்படுத்தவில்லை.

சாயங்காலத்திற்கு மேல் தேவராஜ் வீச்சரிவாளைப் பிடித்தபடி வீட்டுக்கே வந்துவிட்டான். கிருஷ்ணசாமிக் கோனார், அப்போதுதான் பயந்து போனார். பின் கதவை நீக்கிப் பொடக்காலி வழியாக ஓட்டம் எடுத்தார். தேவராஜ் விடுவதாக இல்லை. துரத்த ஆரம்பித்தான். கோனார் கரைவெளி இட்டேரியில் புகுந்து ஓடினார். தேவராஜ் சத்தம் போட்டபடி துரத்தினான். ஐயாவுமே அவரும் பின்னே ஓடினார்கள். விலக்காட்டிவிடலாம் என வேறு சில ஊர்க்காரர்களும் சேர்ந்து கொண்டார்கள். கண்மண் தெரியாத வேகுவேகு என்கிற ஓட்டம் போனபடியிருக்கிறது.

அரை மைல் போல் ஓடி தேவராஜ் கோனாரை நெருங்கினான். இரண்டு பேர்களுக்குமிடையே இடைவெளி குறைந்துகொண்டு வந்தது. பின்னால் ஓடிவந்து கொண்டிருந்த ஊர் சனங்கள் சத்தம் போட்டார்கள். திடீரென திரும்பிப் பார்த்த தேவராஜுக்குக் கல் தட்டிவிட்டது. தேவராஜ் சுதாரிப்பதற்குள் கிருஷ்ணசாமிக் கோனார் அல்லையில் தாண்டி ஓடினார். எதிரில் பாங்கிணறு. திரும்பிப் பார்த்தார். கைக்கு எட்டும் தூரத்தில் தேவராஜ் வீச்சரிவாளை ஓங்கியபடி வந்து கொண்டிருந்தான். எதுவும் யோசிக்காமல் கிணற்றுக்குள் குதித்துவிட்டார்.

தேவராஜ் அங்கேயே வீச்சரிவாளை வீசியெறிந்தான். கரைவெளி இட்டேரியில் தொடர்ந்து திரும்பிப் பார்க்காமலேயே ஓடிப்போனான். ஊர்ச்சனங்கள் கொஞ்சதூரம் தேவராஜைத் துரத்திப் போய்விட்டுத் திரும்பி வந்தார்கள்.

அவர் பாங்கிணற்றுக்குள் எட்டிப் பார்த்தார். ஆழத்தில் கருங்கும் மென்று கிடந்தது. கிருஷ்ணசாமிக் கோனார் விழுந்ததற்கான எந்த விதச் சலனமும் இல்லை. தண்ணீர் இருப்பதற்கான அறிகுறியும் தென் படவில்லை. ஐயா ஊர்ச்சனங்களைப் பார்த்துக் கத்தினார்.

“கோனாரு கதெ முடிஞ்சு… ஊருக்குள்ள போய்ச் சொல்லுங்கடா… அப்படியே வடக்கயத்தையும் கட்டிலையும் தூக்கிட்டு வாங்கடா… சீக்கிரம்…’’

அவர் பயந்துபோய் நின்றிருந்தார். ஐயா திரும்பவும் கத்தினார். கூட ஓடி வந்தவர்களில் சிலர் அவரைப் பார்த்துக் கிளம்பினார்கள். மேற்கே ஒளி மங்கிக் கொண்டிருந்தது.

சிறிது நேரத்தில் பாங்கிணற்றைச் சுற்றிலும் ஊர்ச்சனங்கள் வளையம் போட்டுவிட்டனர். எல்லோர் முகத்திலும் சோகம் தேங்கிவிட்டது.

கிருஷ்ணசாமிக் கோனார் குடும்பத்துப் பெண்கள் மாரடித்தார்கள். கயிற்றைப் பிடித்துக் கிணற்றுக்குள் இறங்கிய இளவட்டங்கள் சிரித்தார்கள். மேலே நின்றவர்களுக்கு எதுவும் விளங்கவில்லை. நான்கு மூலைகளிலும் நின்றிருந்தவர்கள் கயிற்றை கொஞ்சம் கொஞ்சமாகச் சுண்டினார்கள். கட்டில் மேலே வந்தது. ஒரு ரதம்போல, கட்டிலைத் தூக்கிப் போய் கிணற்று மேட்டில் இறக்கி வைத்தார்கள்.

கிருஷ்ணசாமிக் கோனார் எழுந்து நடக்க ஆரம்பித்துவிட்டார். அப்புறம் கேட்கவா வேண்டும். ஒரே சிரிப்புச் சப்தம்தான், கேலிதான்!

ராத்திரி ஊரெல்லாம் அடங்கிய பின், தேவராஜ் வீட்டுக்கு வந்தான். ஆசாரத்துக் கட்டிலில் கிருஷ்ணசாமிக் கோனார் படுத்திருப்பதைக் கண்டதும் அலறினான்.

“பிசாசு... பிசாசு...”

அவருக்கு அடுத்து வந்த நாட்களும் ஞாபகத்தை விட்டு நீங்காதவையாகவே இருந்தன.

ஐயா அவரைப் பொண்ணு பார்க்க காதபுள்ளிபட்டி கூட்டிப் போனார். சவ்வாரி வண்டியை ரெங்கண்ணக் கவுண்டர்தான் ஓட்டிப் போனார். தானாவதிகூட ரெங்கண்ணக் கவுண்டர்தான். நல்ல அரிசிச் சாப்பாடு சாப்பிடுவதற்காகவே ரெங்கண்ணக் கவுண்டர் பொண்ணு தானாவதி செய்வதாக ஊருக்குள் கேலி பேசுபவர்களும் உண்டு. பொழுது உச்சியில் ஏறியிருந்தது. கபிலை ஓட்டிச் சலித்த எருதுகள் சோர்ந்துபோய் நடந்தன. இட்டேரி நெடுக இருமருங்கிலும் கிளுவை வாதுகள் கவிழ்ந்து போய்க்கிடந்தன. முட்கள் வண்டிக் கூட்டில் உரசின. பண்டம் பாடி மேய்ப்பவர்கள் கொறங்காட்டுக் கடவடியில் நின்று வேடிக்கை பார்த்தனர். ஐயாவும் ரெங்கண்ணக் கவுண்டரும் சத்தமாகப் பேசிக்கொண்டே வந்தனர். பெண்ணின் தோட்டம் போய் வண்டி அவிழ்த்துவிடும்போது சாயங்காலம் ஆகிவிட்டது.

பெண், தோட்டத்தில் குட்டி மேய்த்துக் கொண்டிருந்தது. எட்டு கெஜம் சேலையைப் பின்கொசுவம் வைத்துக்கட்டி. ரவிக்கை போடாத காலம். தலைக்கு விளக்கெண்ணெய்தான். அப்போதைய பெண்களெல்லாம் தவறாமல் இரட்டை மூக்குத்தி வேறு குத்திக் கொள்வார்கள்.

பெண்ணின் பொறந்தவன்கள் கிணற்று மேட்டில் அந்திக் கபிலை ஓட்டிக் கொண்டிருந்தார்கள். இரு கபிலை முன்னும் பின்னும் போய்க் கொண்டிருந்தது. பெண்ணின் ஐயா ஊங்கம்பங்காட்டுக்குத் தண்ணீர் கட்டிக் கொண்டிருந்தார். கருது மினுங்கிக் கொண்டிருந்தது. குருவிகள் மொய்த்தபடியிருந்தன. மேலும் படைபடையாக வேலியோரம் உட்கார்ந்திருந்தன. அவரால் பெண்ணைச் சரியாகக்கூடப் பார்க்க முடியவில்லை. அனுமானத்தில் கருத்த நிறம் எனத் தெரிந்தது. இறங்கிய முகம்கூட. ரெங்கண்ணக் கவுண்டர் பொறு என்றார்.

அப்போது கிணற்று மேட்டில் ஒரே சத்தம். தொளைவாரி இடிந்து கிணற்றுக்குள் விழுந்து விட்டது. பெண்ணின் மூத்த பொறந்தவனும் சேர்ந்து விழுந்து விட்டான். கல்லு மண்ணும் அவனை ஆழத்தில் போட்டு மூடிவிட்டன.

அவருக்கும் ரெங்கண்ணக் கவுண்டருக்கும் பிதிர் கெட்ட மாதிரி போய்விட்டது. ஏதோ அசம்பாவிதம் நடந்துவிட்டாற் போலத் தோன்றியது. ஐயா கிணற்று மேட்டிற்கு ஓடிக் கத்தினார். பழக்கப்பட்டவர்போல. சின்ன பொறந்தவன் சத்தமிட்டபடி ஊரைப் பார்த்து ஓடினான். வெளிச்சம் வேறு மங்கிக் கொண்டு வந்தது. பட்டியிலிருந்த பெண்களுக்கு விஷயம் தெரிந்தபோது, ஒரே ஒப்பாரிமயமாயிற்று. பின் தேம்பி அழும் குரல் கேட்டது. திடீரென பெண் மட்டும் அழுதுகொண்டே கிணற்றைப் பார்த்து ஓடிவந்தது.

“என்னப் பொண்ணு பாக்க வந்த நேர... எம்பொறந்தவம் போயிட்டானே... சண்டாளா ஆத்தா மகமாயி...''

அருள் வந்தாற்போல நெஞ்சில் அறைந்து கொண்டது. யாரும் எதிர்பாராத ஒரு தருணத்தில் சட்டென பெண்ணும் கிணற்றில் குதித்தே விட்டது.

ஊருக்குள்ளிருந்து சனங்கள் ஓடிவந்தனர். அதன் பின்பு எல்லாக் காரியங்களும் விரைசலாக நடந்தன. முதலில் பெண்ணை மேலே இழுத்தார்கள். சாமி சத்தியவாக்கு என்றுதான் சொல்ல வேண்டும். பெண்ணிற்கு ஓர் அடி கூடப்படவில்லை. சிறிய சிராய்ப்புகள் கூட இல்லை. ஊரே ஆச்சரியப்பட்டது.

மூத்த பொறந்தவனை எடுக்க கிணற்றுக்குள்ளிருந்தவர்கள் கற்களை விலக்கினர். ஐலசா சத்தம் மேலே கேட்டது. சுவரில் பட்டு எதிரொலித்தது. விழுந்தவை ஒவ்வொன்றும் அவ்வளவு பெரிதான கற்களாக இருந்தன.

சிறிது நேரத்தில் மூத்த பொறந்தவனை சேறோடு மேலே இழுத்துப் போட்டார்கள். பெண்ணின் அப்பாவோடு ஊர்ப்பெண்களும் சேர்ந்து அழத் தொடங்கினர். ஒரு கிழவி ஒப்பாரிப் பாட்டெடுத்து நீண்டு பாடினாள். மறுபடியும் ஆச்சரியம் காத்திருந்தது ஊர்ச்சனத்திற்கு. அவன் எழுந்து நடந்து போனான். தொட்டியில் இறங்கிக் குளிக்கத் தொடங்கினான். பெண்களுக்குள்ளேயிருந்து சிரிப்புச் சப்தம் கேட்டது. ரெங்கண்ணக் கவுண்டர், அவன் விழுந்து தப்பித் தவித்ததை அங்கிருந்தவர்களுக்கு விளக்கிக் கொண்டிருந்தார்.

அன்று ராத்திரி ஆசாரத்தில் வந்து படுக்கும்போது சாமத்திற்கு மேலாகி விட்டது. ரெங்கண்ணக் கவுண்டர் கல்யாணப் பேச்சை எடுத்தார். ஐயா எழுந்து வாசலில் போய்க் காறித்துப்பி விட்டு வந்தார். சாயங்காலத்திலிருந்து ஐயாவுக்கு முகமே சரியில்லை. எல்லோரும் உறங்கிய பின்பு தூக்கம் வராமல் விழித்துக் கொண்டிருந்தபோது, ரெங்கண்ணக் கவுண்டர் திரும்பவும் பெண்ணைப் பற்றி அவரிடம் கேட்டார்.

“பொண்ணே எனக்கு ரொம்பப் புடிச்சிருக்கு மாமா... ஐயாகிட்ட வெடிஞ்சதும் கல்யாணப் பேச்சுப் பேசுங்க...''

அவர் சொல்லி முடிக்கும் முன்பே அவர் பொடணியில் ஓர் அறை விழுந்தது. படீரென்று சப்தம் கேட்க ஐயாதான் அடித்தார்.

“கூட்டி வந்திருக்காம் பாரு... குடும்பம் பாத்து... த்ப்பூ...''

திரும்பவும் ஐயா காறித்துப்பினார். ரெங்கண்ணக் கவுண்டருக்கும் சேர்ந்து திட்டு விழுந்தது.

இரண்டு மூன்று வருடங்கள் கழித்தும் அவருக்குக் கல்யாணம் ஆகாமலேதான் நாட்கள் போயின. அவர் போய்ப் பெண் பார்த்துவிட்டு வந்தால், அந்தப் பெண்ணிற்கு உடனே வேறு மாப்பிள்ளை அமைந்துவிடும். ரெங்கண்ண கவுண்டரும் சலிக்காமல் அவரை பெண் பார்க்க அழைத்துப் போய்க் கொண்டேதான் இருந்தார். நீண்ட நாட்கள் கல்யாணம் நடக்காமல் வீட்டோடு கிடந்த பெண்களுக்குக்கூட, அவர் போய்ப் பெண் பார்த்து வந்தால், சீக்கிரத்தில் கல்யாணம் கூடியது. அப்படி ஒரு ஜாதக ராசி அவருக்கு அமைந்திருந்தது.

பக்கத்து ஊர்களில் கல்யாணம் ஆகாமல் வெகுகாலம் கிடந்த பெண்களுக்குச் சட்டென்று கல்யாணம் கூட வேண்டும் என்பதற் காகவே, அவரைப் பெண் பார்க்க அழைப்பார்கள். வசதி வித்தியாசம் பார்க்காமல் அவர்கள் நினைத்த மாதிரியே, அவர் போய்ப் பெண்

பார்த்து வந்தால் போதும். அப்பெண்ணிற்கு வேறு நல்ல இடத்தில் மாப்பிள்ளை வந்து கல்யாணம் கூடிவிடும்.

இவ்விதமான நாட்களில் ரெங்கண்ணக் கவுண்டர் இதுமாதிரியான பெண்ணைப் பார்க்க அவரை அழைத்துப் போகும்போது, ஊருக்குள் யாராவது கேட்டால் பெண் பார்க்கப் போகிறோம் என்று சொல்ல மாட்டார். 'கெடையெழுப்பிட்டு வாரோம்' என்று கேலியாகச் சொல்வார் எல்லா தடவையும்.

அவரும் ஒரு பரிகாரம் மாதிரி இதைச் செய்து கொண்டுதானிருந்தார். அந்தச் சமயத்தில் தம்பி உள்ளூரிலேயே ஒரு பெண்ணை சிநேகிதம் பண்ணிக் கல்யாணமும் செய்து கொண்டான். ஐயாவுக்கு அவர் மேல் இருந்த நம்பிக்கை போய்விட்டது. மனசு விட்டுவிட்டார். 'தோசிகால் புடிச்ச நாய்' என்று அவரையும் ஊருக்குள் முறைமுகமாகக் கேலி பேச ஆரம்பித்தார்கள். அந்தக் கணம் அவரும் உடைந்து போனார். உயிரை மாய்த்துக் கொள்ள முடிவு செய்தார்.

கரைவெளி செல்லும் இட்டேரி தடத்தில் நிறைய பாங்கிணறு இருந்தது. முசுவேலா மரங்கள் முளைத்த பாம்பேரி இல்லாத பாங்கிணறுகள் அவை எல்லாமே. ஆள் எட்டிப் பார்த்தால் ஆந்தை உறுமும். கிணற்றுப் புறாக்கள் சிறகடித்துப் போகும் மேலே. பிறப்புக்குக்கூடத் தண்ணீர் இருக்காது. நிலம் தெரியும். ஆழம் மேவி வந்த இடத்தில் எறும்புகள் சிதறிக் கிடக்கும். அவர் ஆழம் அதிகமான அடியில் வாகை மரம் முளைத்திருந்த ஒரு பாங்கிணற்றைத் தேர்ந்தெடுத்தார். சரிந்த படிக்கட்டுகளில் சோற்றுக் கற்றாழை மண்டியிருந்தது. பின் மதியம் கடந்து கொண்டிருந்தது. கானல் தெரியும் வெக்கை எங்கும் அலைந்தது. காற்று மெல்ல வீசியது. கண்ணுக்கெட்டும் தூரம்வரை சனசஞ்சாரமே தட்டுப்படவில்லை. அவர் குதிப்பதுதான் பாக்கி. அந்தக் கணம் அன்று கிணற்றில் குதித்த அந்தப் பெண் ஞாபகத்தில் வந்து உட்கார்ந்து கொண்டது. அதன் பின்பு குதிக்க மனசே வரவில்லை அவருக்கு. திரும்பிப் போனதும் ரெங்கண்ணக் கவுண்டரிடம் அந்தப் பெண்ணைப் பற்றிச் சொன்னார்.

அப்புறம் எல்லாக் காரியங்களும் வேகமாகவே நடந்தன. அவளைக் கல்யாணம் செய்து கொண்டு வந்ததிலிருந்தே ஊருக்குள் நிறைய மாற்றங்கள் வந்தன. மின்சாரம் வந்தது. கபிலை பிடிப்பது மெல்ல ஒழிய ஆரம்பித்தது. பள்ளிக்கூடம் வந்தது. ஐயா இறந்த வருஷம்தான் பையன் பிறந்தான். பையன் மேல்படிப்புப் படிக்க நகரத்திற்குப்

போனான். படித்த சூட்டோடு அரசாங்க உத்தியோகம் கிடைத்தது. நகரத்திலேயே தங்கிக் கொண்டான்.

காலம் மேலும் மாற்றத்தைச் செய்தபடிதான் இருந்தது. ஊரின் ரூபங்கள் வேறு தினுசாகிக் கொண்டிருந்தன. ஆனாலும் கிணற்றில் குதிப்பது மட்டும் நிற்கவேயில்லை. கிருஷ்ணசாமிக் கோனார் இறந்த ராத்திரி தேவராஜின் மூத்த பெண் தன் மூன்று குழந்தைகளையும் கிணற்றில் வீசிவிட்டு அவளும் குதித்துவிட்டாள் ஊர் சேந்து கிணற்றில். அப்போது நடுச்சாமம் இருக்கும். ஊரெல்லாம் அடங்கிவிட்டது. அவளுக்கு ஆயுசு கெட்டியாக இருந்திருக்கக்கூடும். சேந்து கிணற்று சிமெண்ட் தளத்தில் ராஜவெட்டுக்காரன் படுத்திருந்தான். வயது ராஜ வெட்டுக்காரனை ஒடுக்கியிருந்தது. தீனமாகக் குரல் எழுப்பினான். எல்லா மூலையும் தொற்றிப் படர்ந்தது அவன் குரல்!

குழந்தைகளும் பிழைத்துக் கொண்டன. ரெங்கண்ணக் கவுண்டர் மட்டும் அந்தச் சாம வேளையிலும் சிரிப்புச் சத்தத்தோடு சொல்லிக் கொண்டிருந்தார்.

"நல்லதங்கா மட்டும் நம்மூர் கெணத்துல குதிச்சிருந்தான்னு வையுங்க. இந்நேரம் கதையே இல்லாமே போயிருக்கும் போங்கோ...''

அதன் பின்பு கேரளாக்காரர் மருமகள், பெரிய வீட்டு லெச்சுமி பாட்டி, ஏட்டு மாமா, மோட்டு வலை வீட்டுப் பாப்பாத்தி என அடுத்தடுத்து கிணற்றில் குதித்தார்கள். ஆச்சரியம் என்னவென்றால், அவர்கள் எல்லோரும் எதிர்பார்த்த மாதிரியே பிழைத்துக் கொண்டார்கள். அவர்கள் ஒவ்வொருவரையும் கிணற்றிலிருந்து மேலே தூக்கும்போதே ஊருக்கு ஒரு புதிய கதை கிடைத்துக் கொண்டிருந்தது. வெகுகாலம் அக்கதையைச் சொல்லிச் சொல்லிச் சிரித்து, ஊர்ச்சனங்கள் பூரித்து மகிழ்ந்தனர்.

கிணற்றில் குதிப்பதில் இந்த ஊர்ச்சனங்களுக்கு அலாதி பிரியம் இருக்கும் எனப்பட்டது. போன மாதத்தில் ஒருநாள் கிழவி திடீரென இறந்துபோனாள். கிணற்றில் குதிக்காமலேயே கிழவியின் காரியம் எல்லாம் முடிந்த பின்புதான் மகன் வந்து பேசினான்.

"வயசான காலத்துல ஒத்தீல இருந்துக்கிட்டு நீங்க இங்க என்ன பண்ணப் போறீங்க... நம்ம தோட்டம் மெயின்ரோட்டு மேலே இருக்கு. மில்லுக்காரங்க வெலைக்கு கேக்கறாங்க... சென்ட் ஆயிரத்துக்கு மேலே போகுமாட்ட இருக்கு... இது நல்ல வெலையா

தெரியுது... இந்த மவுசு விட்டா மறுபடியும் விக்க முடியாதுன்னு பேசிக்கிறாங்க...''

அவர் மகனை உற்றுப் பார்த்துவிட்டுப் பேசினார்.

"இப்ப என்னடா அவசரம்... எங்காலத்துக்கு இருந்துட்டுப் போகட்டுமே...''

மகன் முறைத்தபடி போய்விட்டான். மறுநாள் மில்லுக்காரர்கள் வந்து தோட்டத்தை சுற்றிப் பார்த்துப் போனார்கள். அவர் யோசித்தபடியிருந்தார். இடையில் நகரத்துக்குப் போய் மகனோடும் மருமகளோடும் பேசிப் பார்த்தார். மகன் கேட்பதாகவே இல்லை. அவரைச் சத்தம் போட்டுத் திட்டினான். அவருக்குக் கோபம் வந்தது.

என்னோட தோட்ட... நா... சம்பாரிச்சது... உனக்கு விக்கறதுக்கு என்னடா உரிமையிருக்கு... உன்னைய எவனுக்கும் விக்கவுட மாட்டே..

அவருக்கும் மகனுக்கும் பெரிய வாக்குவாதமே நடந்தது. அவருக்குத் தோட்டம் வந்த பின்பும் சினம் ஆறவில்லை. ஒரு வாரம் கழித்து மகன் வந்து சாதுவாகப் பேசினான்.

அக்ரிமெண்ட் எல்லாம் முடிஞ்சது... நாளைக்குப் பணத்தைத் தர்றதா சொல்லியிருக்காங்க... எழுதிக் குடுத்துட்டு நீங்க அப்படியே எங்ககூட தங்கிக்கணும்... என்ன நாஞ் சொல்லறது புரியுதா... இன்னும் காடு காடுன்னு காட்டக் கட்டிக்கிட்டு அழுவாதீங்க... கடேசி காலத்திலாவது சொகுசா இருக்கப் பாருங்க...

அவரால் தோட்டம் விற்றதைத் தாங்கிக் கொள்ள முடியவில்லை. மகனை இனி தடுக்கவும் முடியாது. மீறித் தடுத்தாலும் கேட்கக் கூடியநிலையில் மகன் இல்லை. சந்தை நாளுக்கு முந்தின தினம் மகன் அவசரமாக வந்தான். கறவை மாடு, குட்டி போட்ட வெள்ளாடு, குஞ்சுக்கோழி என எல்லாவற்றையும் பிடித்து உள்ளூர் வியாபாரிக்குக் குறைந்த விலைக்கு விற்றான். கோழிகள் அணையும் சாலைக்கூட யாருக்கோ தூக்கிக் கொடுத்தான்.

மகன் கிளம்பும்போது எவனோ ஒருவன் மொபட்டில் வந்திறங் கினான். கிணற்றில் இருந்த பம்பு செட்டைக் கழற்றிக் கொண்டு போனான். மில்லுக்காரர்களும் தோட்டத்துக்குள் வந்திறங்கினர். தென்னை மரங்கள் வெட்டப்பட்டன. புல்டோசர் வந்து நின்றது. நாளைக்குக் கிணற்றை மேவப் போவதாகச் சொன்னார்கள்.

கண்முன்னால் காலம் காலமாக கட்டிக்காத்த தோட்டம் சிதைந்து கொண்டிருந்தது. அவரால் பொறுத்துக் கொள்ள முடியவில்லை. கையெழுத்துக்கூட வாங்கவில்லை. உடைந்து போனது மனசு அவருக்கு. இரவெல்லாம் யோசித்தபடியிருந்தார். கோழி கூப்பிடத்தான் அந்த எண்ணம் திடீரென உதித்தது. மனசுக்குள் சுழன்றபடியே இருந்தது. எழுந்து உட்கார்ந்து இருள் விலகுவதைப் பார்த்தபடியேயிருந்தார்.

கிணற்று மேட்டில் நின்றபோது, பாறாங்கல் முதுகை அழுத்தியது. கல் நழுவாமல் கட்டியிருந்த மஞ்சிக் கயிறு வயிற்றைக் குத்தியது. விடிந்து கிழக்கே பொழுது கிளம்ப யத்தனம் செய்து கொண்டிருந்தது. சுற்றிலும் சனங்கள் தட்டுப்படவில்லை. கிணற்றை எட்டிப் பார்த்தபோது, தண்ணீர் தெளிந்து கிடந்தது. கோடை முகில்கள் நகர்வதுகூட அப்படியே தெரிந்தன. இன்னும் தாமதப்படுத்தினால் யாராவது பார்த்து விடுவார்கள் எனத் தோன்றியது. தம் பிடித்து எக்கிக் குதித்தார். நனைந்து தண்ணீருக்குள்ளே... உள்ளே போகிறது அவர் உடம்பு. எதிர்க்க மேலே எழுகின்றன குமிழிகள்.

இனி இந்த ஊர்ப் பக்கமும் கிணற்றில் குதித்தவர்கள் செத்துப் போனதாகப் பேசிக் கொள்வார்கள்.

- காலச்சுவடு, நவம்பர் - டிசம்பர், 2003

பெயரைத் தொலைத்தவன்!

கிழக்கே செவ்வானம் படர்ந்து போயிருந்தது. முகில்கள் சாம்பல் பூத்திருந்தன. திட்டுத் திட்டாகத் தேங்கிக் கிடந்தன. இருள் இன்னும் விலகாமலே இருந்தது. இவன் தாராபுரத்தில் இறங்கி பஸ் மாறிக் கொண்டான்.

வெளிச்சம் மெல்ல பரவத் தொடங்கிற்று. புகை மூட்டம் போல எங்கும் பனி இறங்கியிருந்தது. அந்த ஊரில் போய் இறங்கும்போது, பொழுது மேலேறி வந்து கொண்டிருந்தது. அந்த ஊர் அமராவதி ஆற்றை ஒட்டியிருந்தது. பெண்கள் ஆற்றுத் தடத்திலிருந்து குடத்தை இடுக்கியபடி மேலேறி வந்து கொண்டிருந்தார்கள். குடத்துத் தண்ணீர் தளும்பி தரையில் விழுந்து போயிற்று. சிறிது நேரம் இவன் பார்த்தபடியே நின்றான்.

தார் ரோட்டின் இன்னொரு பக்கம் கடைகள் இருந்தன. தாழ்வான கீற்று எறப்பும் முன்னால் மண் திண்ணையும் கொண்ட கடைகள், அடுத்தடுத்து இருந்தன. மண் திண்ணையில் ஆட்கள் நிரம்பி யிருந்தார்கள்.

இவன் பச்சைத் துப்பட்டியில் தலையை முக்காடிட்டு உட்கார்ந்த வனிடம் போய் விசாரித்தான். பதிலுக்கு அந்த ஆள் இவனைக் கேட்டான்.

“கறவ மாடு இங்கிருக்குதுன்னு ஆரு... துப்பு சொன்னது?''

“தாராபுரம் சந்தையில சொன்னாங்க...''

“தரகனுகளா...?''

“இல்ல ஏவாரி மாதிரி தெரிஞ்சுச்சு..''

“பொரட்டு நாய்க... பொய் சொல்லியிருக்கானுக மதுக்கம் பாளையத்துல இருக்கு... ரெண்டு எடத்துல...''

"அப்பா மதுக்கம்பாளையத்துக்கு எப்பிடி போவோனு...?"

ஆத்தைத் தாண்டி... சித்த பொறுத்தீங்கன்னா நானே ஊருக்குள்ள வெசாரிச்சுட்டு வந்து சொல்லுவே நானும் முன்ன தரகு பண்ணினவந்தா...

இவன் எதுவும் பேசவில்லை. கிழவனையே பார்த்தபடி இருந்தான். கிழவன் எழுந்து இவனையும் ஊருக்குள் கூப்பிட்டான். அந்நிய ஊருக்குள் போக இவனுக்குக் கூச்சமாக இருந்தது.

அந்த மண் திண்ணையிலேயே உட்கார்ந்து கொண்டான். இன்னொரு முறை இவனைக் கூப்பிட்டுவிட்டு கிழவன் மட்டும் ஊருக்குள் போனான். சுற்றிலும் அடையாளம் தெரியாதவர்களாகவே இருந்தார்கள். யாரோடவும் எதுவும் பேச முடியவில்லை. யோசனை நீண்டு போனது.

அக்காவின் கட்டிச் சோற்று விருந்து முடிந்திருந்தது. ஊருக்கு கூட்டி வந்திருந்தார்கள். பிரசவ நாட்கள் வேறு நெருங்கிக் கொண்டிருந்தன. குழந்தை பாலுக்கு கறவை மாடுதான் அமையவேயில்லை. இந்த வாரமெல்லாம் நிறையச் சந்தைகளுக்குப் போய் அலைந்தாயிற்று.

ஏறுவெயில் கண்ணைக் கூசிற்று. வெகுநேரம் கழித்தே கிழவன் திரும்பி வந்தான். பச்சைத் துப்பட்டியை சுருட்டி இக்கத்தில் இடுக்கிக் கொண்டான். இவன் எழுந்ததும் கிழவன் நடக்கத் தொடங்கினான்.

ஆற்றுக்கு இறங்கிப் போன தடத்தில் கொழி மணல் சூடேறி யிருந்தது. கரையோரம் ஒருவன் எருமைகளைக் கழுவி ஓட்டிவந்து கொண்டிருந்தான். கிழவன் அந்த ஆளிடம் ஏதோ பேசிவிட்டு வந்தான். பாறை தாண்டியதும் இருவரும் செருப்பைக் கழற்றிப் பிடித்துக் கொண்டார்கள்.

ஆற்று மத்தியில் தண்ணீர் முழங்கால் அளவு ஓடிற்று. ஸ்படிகம்போல் தெளிந்த பிரவாகத்தில் சிப்பிலி மீன்கள் பிரளியடித்தன. சூரிய ஒளி கண்ட அதன் செதில்கள் மின்னின. நீர் அருந்த வந்த ஆள்காட்டி குருவிகள் ஆள்வாசனை கண்டதும் தூரப் பறந்து போயிற்று.

அக்கரையேறியதும் இருவரும் செருப்புப் போட்டுக் கொண்டார்கள். நாணல் புதர்களுக்கிடையே ஒற்றைக்கால் தடம் ஒன்று மேலேறிப் போனது. கிழவன் இவனை அதில் கூட்டிப் போனான். மேடேறியதும் வயல்வெளி விஸ்தரித்துக் கிடந்தது. நெற்கதிர்கள் அறுவடைக் காலத்தை நெருங்கியிருந்தன. வரப்புகள் வெடிப்புக் கண்டிருந்தன.

ஸ்ரீராம் | 117

ஆள் சப்தம் கேட்டதும் வங்கு மேலிருந்த நண்டுகள் உள்ளிழுத்துக் கொண்டன. மேய்ந்த கொக்குக் கூட்டம் நகர்ந்து உட்கார்ந்தன.

வாய்க்கால் ஓரமாகவே நடந்தார்கள். திட்டொன்றில் பனை இருந்தது. பனையில் மரங்கொத்தி மௌனமாக உட்கார்ந்திருந்தது. தொலைவில் மதுக்கம்பாளையம் தெரிய ஆரம்பித்தது. ஊரின் மேல் புறாக்கள் வட்டமடித்துக் கொண்டிருந்தன. இளமதிய வெயில் கூரைமேல் இறங்கி ஓட்டு வீடுகளுக்குத் தனி வசீகரத்தைத் தந்து கொண்டிருந்தன.

இவன் ஊரைக் கவனித்தபடியே நடந்தான். கிழவன் திடீரென நின்று பேசினான்.

“அதோ தெரியுதே ஒரு பெரிய்ய... மச்சு வூடு அங்கதா இப்ப போவப் போறோ...''

கிழவன் ஒரு வீட்டை கை காண்பித்துக் காட்டினான். அந்த வீடு ஊரிலேயே உயரமான வீடாக இருந்தது. மேல் மாடத்தில் கூம்பு போன்ற தாழ்வாரம் வடிவமைக்கப்பட்டிருந்தது. வீட்டின் பின்னே வெளிறிய வானம் வீழ்ந்து கிடந்தது.

இவன் கிழவனைக் கேட்டான்.

“அந்த மச்சு ஆரோடது...?

அந்த மச்சு ஆரோடது...?''

“பட்டகாரரோடது சாமீ...''

“எந்த பட்டகாரரு... குடும்பன் வெட்டிக் கொன்னதா சொல்வாங்களே... அந்த பட்டகாரரா?''

“அதே பட்டகாரர்தா... ஒங்களுக்கு அந்த கதெ தெரியுமா சாமீ...''

“கேள்விப்பட்டிருக்கே... ஆனா முழுசா தெரியாது... இன்னும் அதெ எங்கவூர்ப் பக்க பெருசா பேசுவாங்க...''

கிழவன் மேற்கொண்டு பேசாமலே நடந்தான். வெயில் தாங்கிய வயல் சூட்டை வெளியிடத் தொடங்கின. காற்று வைக்கோல் வாசம் படர்ந்து வீசின. இவனே திரும்பவும் கேட்டான்.

“ஏங் குடும்பன வெட்டினே...?''

“அது பெரிய்ய கதெ சாமீ... மாடு வாங்கப்போற நேரத்துல இப்ப அது எதுக்கு சாமீ...''

கிழவன் பெருமூச்சு விட்டான். சொல்லப் பிரியப்படாத மாதிரி பேசினான். அந்த சுற்றுவெளி ஊர்களில் இதனை ஒரு ரகசியம் போலவே யாவரும் தன்னுள் பூட்டி பாதுகாக்கிறார்களோ என சந்தேகம் ஏற்பட்டது இவனுக்கு.

மேற்கொண்டு எதுவும் கேட்கவில்லை. வயல்வழி மூயவேயில்லை. தொலைவில் தெரிந்த ஊர் இன்னும் தொலைவிலேயே தெரிந்தது. அதுவும் முன்னே நகர்ந்து போய்க்கொண்டே இருப்பதுபோலப் பட்டது.

வெயில் அதிகமானபடியிருந்தது. உச்சியில் பொழுது கோட்டை கட்டியிருந்தது. மழைக் குருவிகள் தாழப் பறந்தன. தட்டான்கள் நெருக்கத்தில் வட்டமடித்தன. நடுச்சாமத்தில் மழை இறங்கும் அறிகுறி தென்பட்டது.

ஊர் முகப்பிலேயே பெரிய ஆலமரம் இருந்தது. விழுதுகள் தரையிறங்கிப் போயிருந்தன. கிழவன் தென்கிழக்காய் பிரிந்த வீதியில் கூட்டிப் போனான். கிழக்கு வெளி ஊர் வீதிகளுக்கே உண்டான அலாதி நிசப்தம் இங்கும் கவிழ்ந்திருந்தது. கரணைக் கல் தளம் பதித்த வீதி வழி ஆற்றைப் பார்த்து சரிவாகப் போயிற்று.

ஆள் புழக்கமற்ற காரை வீடுகள் நிறைந்திருந்தன. சில வீடுகளில் ஆசாரத்து தட்டோட்டு கூரை விழுந்து கிடந்தது. வெட்டுக் கைகளின் நிழல் வெளித்திண்ணையில் கோடுபோலப் படிந்திருந்தது. மரப்பூச்சிகள் சப்தம் எழுப்பிக் கொண்டிருந்தன. இவன் பார்த்துக் கொண்டே கிழவனைப் பின்தொடர்ந்தான்.

அந்த வீதி பட்டகாரர் வீட்டின் பின்கட்டுக்குப் போய் முடிந்தது. பின் கட்டிலிருந்தே மாட்டுத் தொழுவத்தின் எறப்பு தொடங்கியது. சீமையோட்டு சட்டத்திற்கு பட்டுவரிக் கல்லில் முட்டுக் கொடுத்திருந் தார்கள்.

தீனிசாடி வைத்து கட்டிய கட்டுத்தரை நீண்டிருந்தது. முளைக்குச்சிகள் வெறுமனே கிடந்தன. மூத்திர கவிச்சி மங்கிவிட்டது. மொத்தம் மூன்று மாடுகளே கட்டியிருந்தன. ஒன்று மட்டும் இளங்கன்று மாடாக இருக்க வேண்டும். மாட்டிடம் போனதியும் கிழவன் சொன்னான்.

“நாஞ் சின்னெசமாங்ககிட்ட ஒரு பேச்சு சொல்லிட்டு வந்தர்றே...’’

கிழவன் விலகி வீட்டின் முன்கட்டுக்குப் போனான். இவன் இளங் கன்று மாட்டை சுற்றிப் பார்த்தான். மயிலை நிறம். கூடு கொம்புடையது.

கன்றிடம் போனான். படுத்திருந்த இளங்கன்று எழுந்து நின்றது. அடிவயிற்று தொப்புள் கொடியில் தூசி ஒட்டியிருந்தது.

அதற்குள் கிழவன் முன்கட்டுக்குப் போய்க் குரல் கொடுத்துக் கொண்டிருந்தான். குரல் வீடு முழுதும் தொற்றிப் படர்ந்து கொண்டிருந்தது. நீண்ட நேரம் பதிலில்லை. திடீரென ஒரு பெண் குரல் மெதுவாக பேசும் சப்தம் கேட்டது.

கிழவன் திரும்பி தொழுவத்திற்கு வந்து சொன்னான்.

"சின்னெசமாங்க நாளைக்குதா வருவாங்களா... அப்ப நாம மாட்டே நாளைக்கு வந்து பாக்கலா..."

கிழவன் விரைசலாக தொழுவத்தைவிட்டு வெளிக் கிளம்பினான். இவன் மீண்டும் ஒருமுறை மாட்டைப் பார்த்தான். மாடுகள் இன்னும் அசை நிறுத்தி மிரட்சியாகவே பார்த்துக் கொண்டிருந்தன. முன்னே போன கிழவன் அதற்குள் வீதியில் போய் நின்று சப்தம் போட தொடங்கினான்.

"ஆளில்லாத நேரத்தில் அந்நியங்க கட்டுதரைக்கு வந்தாவே சின்னெசமாங்களுக்குப் பிடிக்காது... சீக்கிரம் வாங்க..."

இவன் வீதிக்குப் போனான். கிழவன் வேறு வழியில் கூட்டிப்போனான். வடக்குப் பார்த்து போன அந்த வீதியும் ஆற்றைப் பார்த்துத்தான் போயிற்று. சுவர் நிழல் ஒடுங்கிக் கிடந்தது. வெளிநடையில் அதிகம் வயதானவர்களே பேசியபடி உட்கார்ந்திருந்தார்கள். இவனுக்கு கடைசி காலத்தில் வாழ்பவர்களே அதிகம் வசிக்கும் ஊர்போலத் தெரிந்தது. காற்று அடங்கி ஊரெங்கும் தனிமை புதைந்து கிடந்தது.

கிழவன் எதுவும் பேசாமல் மௌனமாகவே மெல்ல நடந்தபடி இருந்தான். காலடிச் சப்தம்கூட துல்லியமாகக் கேட்டபடி பின் தொடர்ந்தது. திடீரென நாய் குரைப்பு ஊரின் அமைதியைக் கிழித்தது. கிழவன் திரும்பிப் பார்த்துவிட்டு வேகமாக நடந்தான்.

அந்த வீதி முடிந்த இடத்தில் படித்துறை வந்தது. கரைவெளியைச் சுற்றிவிட்டு அந்த ஆறு இந்தப் பக்கமும் வந்திருந்தது. பெண்கள் துணி தப்பும் சப்தம் அக்கரையில் மோதி திரும்பி வந்து கொண்டிருந்தன.

கரையிறங்கி நடக்கும்போது, இவன் கிழவனைக் கேட்டான்.

"நாளைக்கு உன்ன எங்க வந்து பாக்க..."

"ஊருக்கே வந்து கேளுங்க...?"

"தரகன்னு கேட்டா தெரியுமா...?"

"தெரியாது இங்க நெறையா தரகனுக இருக்கானுக..."

"பின்ன எப்படி கேக்க...?"

"பட்டகாரரை வெட்டினவன்னு கேளுங்க..."

இவன் அப்படியே நின்று கொண்டான். தண்ணீருக்குள் இறங்கி நடந்த கிழவன் திரும்பி நின்று இவனைக் கூப்பிட்டான். பொழுது மேற்கே சாயத் தொடங்கியிருந்தது.

- தீராநதி, ஜனவரி_ 2005

நெட்டுக்கட்டு வீடு

நெட்டுக்கட்டு வீடு, ஊரின் வடக்குப்புறத்தில் இருந்தது. அதன் மதிற்சுவர் விநாயகன்கோவில் வரை நீண்டு இருந்தது. விநாயகன் கோவில் அரசமர நிழல் காலை நேரங்களில் வாசல் முழுதும் பரவிக் கிடந்தது. விநாயகன்கோவில் முன்பு சேந்துக் கிணறுக்கு தண்ணிக்கு வரும் பெண்கள் தண்ணி சேந்தியபின் கயிற்றை நெட்டுக்கட்டு வீட்டுத் திண்ணையில் கொண்டுவந்து போட்டுப் போயினர். இரவெல்லாம் தண்ணி சேந்திக் கொண்டேயிருந்தார்கள் பெண்கள். கப்பிகள் உருளும் சப்தம் கேட்டபடியே இருந்தது நெட்டுக்கட்டு வீட்டுக்கு, விடியும்வரை.

நெட்டுக்கட்டு வீட்டின் வெளித்திண்ணை தாழ்ந்து இருந்தது. வாசற்படி ஏறிய பின் குனிந்தே உள்ளே போக வேண்டியிருந்தது. வீடு விரிந்து போயிற்று. உள்ளே போகப் போக நிறைய நடைகளைத் தாண்டித் தாண்டிப் போக வேண்டியிருந்தது. மொத்தம் உள்ளே ஏழு நடைகள் எதிர்ப்பட்டன. ஒவ்வொரு நடையின் கதவுகளிலும் வேலைப் பாடுகள் செய்யப்பட்டிருந்தன. ராமையா கம்மாலன்தான் அவ்வளவு நுணுக்கமாக வேலைப்பாடுகள் செய்தான். கடைசி நடைக்கு கதவுபூட்டிய சாயந்தரத்தில் ராமையாவைக் கூப்பிட்டு செல்லீயக் கவுண்டர் திட்டிக்கொண்டிருந்தார். ராமையா முகம் தொங்கிப்போய்ப் போனான். உளியும் எளப்பக்கூடும் வேலை செய்த இடத்திலேயே கிடந்தன. அன்று இரவு ராமையா ஊரைவிட்டுப் போய்விட்டதாக ஊருக்குள் சனங்கள் பேசிக் கொண்டார்கள். பின் எங்கு தேடியும் ராமையா கிடைக்கவேயில்லை.

வீடு புண்ணியார்ச்சினை அன்றைக்கு கம்மாலன் இல்லாதது பெரிய குறையாகப் போய்விட்டது செல்லீயக் கவுண்டருக்கு ராமையாவுக்கு எடுத்த வேட்டியையும் துண்டையும் பெட்டியின்

மேலேயே வைத்திருந்தார் அவர் வெகுகாலம். அதன் வெள்ளை மங்கியபின் ஒருநாள் அதனை சாமக்கோடாங்கிக்குத் தூக்கிக் கொடுத்தார். வீட்டில் யாருக்கும் தெரியாமல் கோடாங்கி அதனைக் கொண்டுபோய் சுடுகாட்டின்மேல் வீசிவிட்டுப் போய்விட்டான். கோடாங்கி அப்படி ஏன் செய்தான் என்று யாருக்கும் விளங்கவில்லை. செல்லீயக் கவுண்டர் அன்றிலிருந்து பயந்து போனார். இரவெல்லாம் தூக்கம் கொள்ளவில்லை அவருக்கு. விட்டத்தைப் பார்த்தபடியே படுத்துக்கிடந்தார். கண்ணசரும் வேளையில் விடிந்து கொண்டிருந்தது. விசயம் கேள்விப்பட்டபின் பெண்களும் பயந்து அழுதனர். வீடெங்கும் சோகம் கப்பிக் கொண்டது. சிரிப்புச் சத்தம் ஓய்ந்தே போனது. பின்புறம் கிணற்றடியில் பாத்திரம் தேய்ப்பதுகூட மெல்லிசாகவே பட்டது.

வெகுநாட்கள் போனபின் ஊரிலிருந்த பெரிய மச்சினன் வந்திருந்தார் நெட்டுக்கட்டு வீட்டுக்கு. பெரிய மச்சினன் செல்லீயக் கவுண்டரிடம் பேசியபின் குள்ளம்பாளையத்திலிருந்து மருந்து எடுப்பவனைக் கூட்டி வந்தார். மருந்து எடுப்பவன் நடு ஆசாரத்தில் உட்கார்ந்து கொண்டான். சாமம் தாண்டியும் பூஜை செய்தான். அவனைச் சுற்றிலும் ஊதுபத்தியும் சாம்பிராணியும் புகைந்து கொண்டேயிருந்தன. பர்வதம் கவுண்டச்சியும் மூன்று பெண்களும் நடையோரம் நின்று வேடிக்கை பார்த்தபடியிருந்தனர். பெரிய மச்சினனும் செல்லீயக் கவுண்டரும் மருந்து எடுப்பவன் முன்பு கயிற்றுக் கட்டில் போட்டு உட்கார்ந்து கொண்டனர். வெற்றிலை போட்டபடியே கவனித்தனர். அவர்கள் எச்சில் துப்ப பித்தளைப் பனிக்கம் இருந்தது கட்டிலுக்கடியில்.

கோழி கூப்பிட்டது. மருந்து எடுப்பவன் பெரிய மச்சினனைத் தனியே அழைத்துப் போய்ச் சொன்னான்.

என்னால ஆகாது. பெருசா வித்தெ காட்டுது. பாலக்காட்டுல ஒருத்தன் இருக்கான். கூட்டிட்டு வாரேன்... செலவுக்கு ஏதாச்சும் குடுங்க...

செல்லீயக் கவுண்டர் மருந்து எடுப்பவனை உள்ளே கூட்டிப்போய் பெட்டியிலிருந்து பணம் எடுத்துக் கொடுத்தார். மருந்து எடுப்பவன் கிளம்பிப் போனான். கிழக்கு வெளுத்துக் கொண்டிருந்தது. குருவிகள் கத்தத் தொடங்கியிருந்தன. இரண்டு நாட்கள் கழித்து நடுச்சாமத்தில் வந்து மீண்டும் மருந்து எடுப்பவன் கதவைத் தட்டினான். செல்லீயக் கவுண்டர் மருந்து எடுப்பவனையும் இன்னொருவனையும் வீட்டுக்குள் கூட்டிவந்து நடுஆசாரத்தில் உட்கார வைத்தார். மருந்து எடுப்பவன் இன்னொருவன் முன்பு பூஜை சாமான்களைப் பரப்பினான். தீக்குண்டம்

முழங்கியபோது, இன்னொருவன் முகம் தெரிந்தது. நீண்ட தாடியோடு, கண்கள் உள் ஒடுங்கிப்போய் இருந்தான் இன்னொருவன். பெண்கள் பயந்தனர். மந்திரம் தொடங்கியது. விபூதி வாசனை ஆசாரமெங்கும் அடித்தது. பெண்கள் நடையில் நின்று பம்மியபடி பார்த்தனர். பர்வதம் கவுண்டிச்சி பெண்களை மிரட்டி உள்ளே கூட்டிப்போய் படுக்க வைத்தாள். பெண்கள் தூக்கம் கொள்ளாமல் விழித்தனர்.

இன்னொருவன் சிறிய பித்தளைச் சொம்பில் வழிய தண்ணீர் ஊற்றினான். அதன் மேல் தேங்காய் தொட்டியை மிதக்கவிட்டான். தொட்டியில் பாதிக்கு மேல் நல்லெண்ணெய் ஊற்றினான். மருந்து எடுப்பவன் எழுந்து வெளியே சென்றான் செல்லீயக் கவுண்டரை அழைத்துக் கொண்டு. செல்லீயக் கவுண்டரை மண்பாதையில் நடக்க வைத்து, அவரின் காலடி மண்ணை அள்ளி எடுத்தான். காலடி மண்ணை வெள்ளைத் துணியில் முடிந்து கொண்டான். உள்ளே வந்தான் வேகமாக. காலடி மண்ணை எண்ணெய்க்குள் போட்டான். இன்னொருவன் மந்திரம் சொல்லிக் கத்தினான். ஊதினான். குபீரென்று தீப்பற்றியது. பார்த்துக் கொண்டிருந்தவர்கள் எல்லாருக்கும் சிட்டெடுத்தது. இன்னொருவன் விரைசலாக எழுந்தான். பின்புறம் கிணற்றடிக்கு ஓடினான். பின்னே மருந்து எடுப்பவனும் எழுந்து ஓடினான். இருவரும் கிணற்றை நாலைந்து முறைக்கு மேல் சுற்றினார்கள். சுற்றும்போது அவர்களுக்குள் பேசிக் கொண்டார்கள்.

“இதோ... இதோ... இங்கே... போகுது...''

“அதோ... அதோ... அந்தப் பக்கம் ஓடுது...''

“சவட்டிரு...''

மருந்து எடுப்பவன் கத்தினதும் இன்னொருவன் ஓரிடத்தை நன்றாக அழுத்திக் கொண்டான். மருந்து எடுப்பவன் செல்லீயக் கவுண்டரிடம் பேசி கடப்பாரை கொண்டு வந்தான். வேகமாக நடந்தன. அவனின் எல்லாச் செயல்களுமே. இன்னொருவன் கடப்பாரையை வாங்கி அவன் அழுத்திக் கொண்டிருந்த இடத்தில் தோண்டினான். இரண்டடி தோண்டியபின் ஒரு பாட்டிலை வெளியே எடுத்தான். இன்னொருவன் சிரித்தான். பாட்டில் ஹார்லிக்ஸ் பாட்டில்போல கொஞ்சம் பெரிய அளவில் இருந்தது. பாட்டிலைத் துடைத்தபோது உள்ளே சில முடிகளும் தாயத்துகளும் தெரிந்தன. மெல்ல கிழக்கு வெளுத்துக் கொண்டிருந்தது. விடிந்தபின் மருந்து எடுப்பவன், செல்லீயக் கவுண்டரிடம் சொல்லிக் கொண்டிருந்தான் சப்தமாக....

“அது உங்க முடிதான் சாமியோவ்... இன்னையோட ராஜாங்கத்தெ புடிச்ச பூடே தொலஞ்சுது... எங்களெப் பாத்து கொஞ்சம் கவனீங்க சாமியோவ்!’’

மருந்து எடுத்த வருஷம் ஆடிக் கடைசியிலேயே கோடைக்காற்று நின்றுவிட்டது. உக்கிரம் எடுத்தது. ஆவணி முதல் நாளிலிருந்தே பருவமழை தொடங்கிவிட்டது. முதல் மழையே உழவு மழைக்கு மேல் பெய்தது. குடியானவர்கள் கொறங்காடெங்கும் கொள்ளும் நரிப்பயிறும் விதைத்தனர். இட்டேரி நெடுக ஆட்கள் நடந்தபடியிருந்தனர். கிளுவை வேலிகள் பசுத்திருந்தன. செல்லீயக் கவுண்டர் ‘கெழக்கு வாலையன்’ கொறங்காட்டில் ‘விதைப்பு’ப் போட்டுக் கொண்டிருந்தார். கொழுக்கட்டைப் புல்லும் கோரைக் கிழங்கும் முட்டியிருந்தன. செருப்புக்காலில் சொறசொறவென மிதிபட்டன. ஆட்கள் ஏர் ஓட்டினர். மொத்தம் நான்கு ஏர் ஓட்டினர். இளமணல்காட்டு பூமி அது. உழவு பரல்பரலாக செம்பாடாகிக் கொண்டிருந்தது. முன்னத்து ஏர்க்காரன் பின்னத்து ஏர்க்காரனை சப்தமாக பறைந்தபடி ஏர் ஓட்டினான்.

“படைக்கால்ல புடிக்காம ஓட்டுப்பா...’’

“செரி... செரி... நீ வெளாவுல புடி...’’

பொழுது பனை உயரத்திற்கு வந்திருந்தது. ‘பழைய சோத்து’ நேரம் நெருங்கிக் கொண்டிருந்தது.

பூங்கொடிப் பண்டாரச்சி கூடையில் சாப்பாடு சுமந்து வந்தாள். கூடையை குடைசீத்தை மரநிழலில் இறக்கி வைத்தாள். முந்தானைச் சும்மாட்டைப் பிரித்தபடி செல்லீயக் கவுண்டர் ‘விதைப்பு’ வல்லத்தை உத்தியில் அப்படியே வைத்துவிட்டுக் கிளம்பிப் போனார் வேகமாக. ஆட்கள் ஏரை நிறுத்தினர். வேலியோரம் போய் பல்குச்சி ஒடித்தனர்.

செல்லீயக் கவுண்டர் வாசற்படியில் செருப்புக் கழற்றும்போதே சொர்ணாத்தாளும் சின்னாத்தாளும் எட்டிப் பார்த்துப் போனார்கள். சமையற்கட்டை ஒட்டிய உள் அறையில் பழனாத்தாள் உட்கார வைக்கப்பட்டிருந்தாள். செல்லீயக் கவுண்டரைக் கண்டதும் பழனாத்தாள் வெட்கப்பட்டாள். முகம் பூரித்திருந்தது. கிணற்றடியில் பர்வதம் கவுண்டிச்சி, பொன்னி வண்ணாத்தியுடன் பேசுவது கேட்டது.

“சின்னக் கவுண்டிச்சிக்கு வயசு என்னங்காத்தா ஆகுது?’’

“இந்த பொரட்டாசி வந்தா பதினேழு முடியுது’’

“மூணு வருஷத்துக்கு முன்னாலேயே ஊருக்குள்ள நாலு பேரு நாலுவிதமா பேசியிருக்கமாட்டாங்க... இல்லீங்களாத்தா...?’’

“பொம்பள உக்காரறதும், பூ வெடிக்கறதும் வீசநாழியிலே நடக்கற சமாச்சாரம், எல்லாம் ஆண்டவன் கிருபெ பொன்னி... நம்ம நெனப்புல என்ன நடக்குது...''

செல்லீயக் கவுண்டர் பின்கட்டு விட்டத்தைப் பிடித்தபடியே நின்று, தலையை நீட்டிச் செருமினார். பேச்சு நின்று போயிற்று. பர்வதம் கவுண்டிச்சி கையைக் கழுவியபடி உள்ளே வந்தாள். பொன்னி வண்ணாத்தி போனபிறகு மொட்டை ராகவன் வந்து பின்கட்டில் நின்று சப்தம் போட்டான்.

சாமி... எசமாங்க... ஆத்தோவ்...!

பர்வதம் கவுண்டச்சி போய் பார்த்து வந்த பின், செல்லீயக் கவுண்டர் எழுந்து பின்புறம் போனார். மொட்டை ராகவன் கும்பிட்டான்.

சாமி... எசமாங்க!

மங்களமுண்டாகுட்டுப்பா!

பெண்களின் பேச்சு வீட்டுக்குள் அதிகமாயின. பெண்கள் நடந்து கொண்டு இருந்தார்கள். வீடெங்கும் மதியம் வாக்கில் மொட்டை ராகவன் தோட்டத்தில் சவ்வாரி வண்டி பூட்டினான். வாசலுக்கு ஓடிவந்து திருப்பி நிறுத்தினான். வண்டியில் பர்வதம் கவுண்டிச்சி ஏறியபின், செல்லீயக் கவுண்டர் ஏறி உட்கார்ந்தார். மொட்டை ராகவன் எருதுவின் கயிற்றை இழுத்துப் பிடித்தபடி பின்னால் திரும்பிக் கேட்டான்.

மாப்பிள்ளை எசமாங்க... இருப்பாங்களா சாமி... இந்நேரத்துல

நீ வண்டிய ஓட்றா...

வண்டி கிளம்பிப் போனது. பொழுது உச்சியிலிருந்தது. பெரிய மச்சினன் ஊருக்கு ஐந்து மைல் போக வேண்டியிருந்தது.

வண்டி நெட்டுக்கட்டு வீட்டுக்குத் திரும்பி வந்தபோது, இருள் அடர்ந்திருந்தது. பழனாத்தாளைச் சுற்றிலும் பெண்கள் உட்கார்ந்து பேசிக் கொண்டேயிருந்தார்கள் விடியும்வரை. பொழுது கிளம்பிய பின் சடங்குக்கான சீர்வரிசைகள் தொடங்கின. வாசல் முழுதும் சனங்களாய் நிறைந்துபோய் இருந்தனர். மொட்டை ராகவன் முறைமைக்காரர்களை கூப்பிட்டபடி இருந்தான். பொன்னி வண்ணாத்தி தீப்பந்தம் வைத்தாள். பழனாத்தாளை நடுவாசலில் நாற்காலியில் உட்கார வைத்தனர். பழனாத்தாளை மஞ்சள் தண்ணி ஊற்றும்பொழுது திண்ணையில் அவன் உட்கார்ந்திருப்பதைப் பார்த்தாள் பழனாத்தாள். மீசை அடர்ந்திருந்தது அவனுக்கு. வெள்ளை வேட்டி, சட்டையில் எடுப்பாக இருந்தான் அவன். நெடுநெடுவென வளர்ந்திருந்தான்.

அன்றிலிருந்து பழனாத்தாள் சேலையே கட்டினாள். சொர்ணாத்தாளும் சின்னாத்தாளும் ஒரு தினுசாக பார்த்தனர் பழனாத்தாளை. காதில் வந்து குசுகுசுவெனச் சொல்லிச் சிரித்தனர்.

அக்கா... நீ ரொம்ப பெரிய பொம்பளையாட்ட இருக்கே!

பர்வதம் கவுண்டிச்சியும் அதையே சொன்னாள். செல்லீயக் கவுண்டர்கூட அப்படித்தான் சொன்னார். சேந்து கிணற்றடிக்கு தண்ணி சேந்த வரும் பெண்கள் பழனாத்தாளைப் பார்க்கும்போது, எல்லாம் பழனாத்தாளுக்கு முகம் பூரித்துப் போயிருப்பதாகச் சொல்லிப் போனார்கள்.

அடைமழை தொடங்கிவிட்டது. சீமை ஓட்டிலிருந்து கூரைத்தண்ணி விடாமல் விழுந்து கொண்டிருந்தது. கிழக்கேயிருந்து முகில்கள் கிளர்ந்தபடியே இருந்தன. ஊரில் ஆண்கள் எல்லோரும் ரேடியோ வைத்துக் கேட்டனர். புயல் எடுத்திருப்பதாகப் பேசிக் கொண்டனர். புயல் கரையைக் கடக்க இன்னும் இரண்டு நாள் ஆகும் என்றும் நாகப்பட்டினம் கிழக்கில் கரையைக் கடக்கக்கூடும் என்றும் சிலர் அபிப்ராயம் தெரிவித்தனர்.

மழை நிற்காமல் கொட்டியது. முந்தின இரவெல்லாம் நிற்காமல் மழைபெய்த ஒரு விடியற்காலையில் கரை வெளியிலிருந்து பருவகாரன் வந்து செல்லீயக் கவுண்டரைக் கூப்பிட்டுச் சொன்னான்.

“வயல்ல பயிரெல்லாம் இத்துட்டு இருக்கு சாமி! தண்ணி வரப்பு நெறஞ்சு போகுது... ஒடப்பு தூக்கிட்டு இருக்கு...''

பருவகாரன் கொங்காடையில் தண்ணி ஒழுகிக் கொண்டிருந்தது. வாசலிலேயே நின்றிருந்தான் வெகுநேரம்.

செல்லீயக் கவுண்டர் அவசரமாக உள்ளே வந்து கட்டில்மேல் ஏறினார். அட்டாழியோரம் விட்டத்தில் சொருகியிருந்த ஓலைக் குடையை எடுத்துக் கொண்டு இறங்கி வெளியே போனார். பழனாத்தாளிடம் கூப்பிட்டுச் சொன்னார்.

“நா... வர்றதுக்கு ராத்திரி ஆகு... உங்கம்மாட்ட சொல்லீரு.''

செல்லீயக் கவுண்டர் பருவகாரனோடு கிளம்பிப் போனார். மழை அடர்ந்தது. கருக்கல்கள் ஏறிக் கொண்டேயிருந்தன. சீமை ஓடுகளில் நவுரடித்தது. கோழிகள் விடைத்துத் திண்ணையோரங்களில் ஒண்டின. வீதியில் ஆட்கள் ஓலைக் குடையோடும் கொங்காடையோடும் நிறைய குளக்கரையை நோக்கிப் போயினர். ரவரவென பேசிக்கொண்டே போயினர்.

“இப்ப நாம்பாத்துட்டுதா வர்றெ... கொளம் நெறஞ்சு தூக்கற லெவல்ல இருக்கு...''

“நீர்கோழிகூட வந்திருச்சாமா''

பழனாத்தாள் ஆசாரத்து ஊஞ்சலில் உட்கார்ந்தாள். ஊஞ்சல் லேசாக ஆடியது. குளிர் நிறைந்த காற்று சன்னல் பலகையை அடித்தது. காற்றின் சப்தம் வீடெங்கும் எதிரொலித்தது. தோணி தண்ணி திடும்திடும் என விழுவது கேட்டபடியே இருந்தது.

வாசலில் வண்டி வந்து நிற்பது தெரிந்தது. பழனாத்தாள் வெளித் திண்ணைக்குப் போய் நின்று பார்த்தாள். அப்புச்சி ஊர், ராகவன் வண்டியை அவிழ்த்துவிட்டுக் கொண்டிருந்தான். அவன் இறங்கி உள்ளே வந்து கொண்டிருந்தான். அவன் வெள்ளை உடுப்பில் நீர்த்திவலைகள் பட்டிருந்தன.

பழனாத்தாள் உள்ளே வந்து அம்மாவைச் சப்தமிட்டாள். உள் அறைக்கதவின் பின் நின்று கொண்டாள். பர்வதம் கவுண்டிச்சி உள்ளேயிருந்து எழுந்து வந்து வரவேற்றாள்.

“வாங்க... மாப்பிள்ளே!''

அவன் ஆசாரத்து ஊஞ்சலில் உட்கார்ந்தான். பர்வதம் கவுண்டிச்சி காபி கொண்டு வந்து கொடுத்துவிட்டு நடையோரம் நின்றாள். அவன் வெகுநேரம் பேசினான் பர்வதம் கவுண்டச்சியோடு. கடைசியாகச் சொன்னான்:

“அத்தே எனக்குப் பொண்ணு பாத்திருக்கு... ஐப்பசி கடெசியிலே கலியாணம். மாமாகிட்டேயும் சொல்லிருங்க.''

பர்வதம் கவுண்டிச்சி எதுவும் பேசவில்லை.

“நாங்கூட பழனாத்தாள கட்டிக்கலாமுன்னுதான் இருந்தேன். அம்மாதான் சொன்னா... நாலு தலெக்கெட்டா ஏன்டா அங்கேயே போகணுமுன்னு... அதான்...''

அந்த வாரமெல்லாம் அழுதாள் பழனாத்தாள். அவன் கலியாணத் துக்குக்கூட நெட்டுக்கட்டு வீட்டிலிருந்து யாரும் போகவில்லை. மழை மெல்ல ‘வெட்டாப்பு’ விட்டது. சுற்றுவெளி முழுதும் ‘ஓரம்பு’ எடுத்திருந்தது. கிணற்றில் தண்ணி ‘கடை’ போனது. சிலர் தோட்டத்தில் நெல் நட நாற்றுக்கூட விட்டனர். புஞ்சைக் காட்டில் நெல் நடுவதை வியப்பாகப் பேசினர், கரைவெளிப் பகுதியினர். செல்லீயக் கவுண்டர், தோட்டம் பூராவும் சடை மஞ்சி சோளம் விதைத்தார்.

சடை மஞ்சி சோளம் பொடையிலிருக்கும்போதுதான் உப்பாத்து கரைவெளியிலிருந்து வந்து பழனாத்தாளை பொண்ணு பார்த்துப் போனார்கள். மாப்பிள்ளை குள்ளமாக, கருப்பாக இருப்பதாக சொர்ணாத்தாளும் சின்னாத்தாளும் பழனாத்தாளிடம் வந்து கேலி பேசிச் சிரித்தார்கள்.

தையில் கலியாணம் முடிந்தது. களத்தில் சடைமஞ்சி சோளம் நட்டி தூற்றிக் கொண்டிருப்பதை மாப்பிள்ளை ஊர்க்காரரெல்லாம் ஆச்சரியமாகப் பார்த்துப் போயினர்.

மறுபோகம் சடைமஞ்சி சோளக் கட்டையில் ஊங்கம்பு விதைத்தார் செல்லீயக் கவுண்டர். கம்பு முளைத்திருக்கிறதா என அவர் கவனித்துக் கொண்டே பொலியில் நடந்து வந்து கொண்டிருந்த ஒரு காலையில்தான் பழனாத்தாள் ஊரிலிருந்து ஆள் வந்து சொன்னான்.

“மாப்புள்ளே எசமாங்க... மருந்தெ குடிச்சிட்டாங்க சாமீ...''

ஒரு வாரம் கழிந்துதான் செல்லீயக் கவுண்டரும் பர்வதம் கவுண்டச்சியும் நெட்டுக்கட்டு வீட்டுக்கு வண்டியிலிருந்து திரும்பி வந்து இறங்கினார்கள். கூடவே பழனாத்தாளும் வண்டியிலிருந்து இறங்கினாள். பழனாத்தாள் வெள்ளைச் சேலை கட்டியிருந்தாள். முகத்தில் மங்கு விழுந்திருந்தது. வீதியில் தண்ணிக்குப் போன பெண்கள் எல்லாரும் நின்று வேடிக்கை பார்த்தனர் பழனாத்தாளை. பழனாத்தாள் உள்ளே ஓடிப்போய் சொர்ணாத்தாளையும் சின்னாத்தாளையும் கட்டிக் கொண்டு அழுதாள். அவர்கள் அழுகை முடிவில்லாமல் நீண்டுபோனது. இரவெல்லாம் அழுகைச் சப்தம் கேட்டுக் கொண்டே இருந்தது.

சொர்ணாத்தாளும் சின்னாத்தாளும் சடங்கானபோதும், பின் அவர்களைக் கட்டிக் கொடுத்தபோதும் வீட்டுக்குள்ளேயே முடங்கிக் கிடந்தாள் பழனாத்தாள். அவர்கள் போன பின்பு வீடு வெறிச்சென்று போயிற்று. பர்வதம் கவுண்டச்சியால் முன்னைப்போல் சரியாக நடக்க முடியவில்லை. காலில் நீர் இறங்கிக் கொண்டது. பூங்கொடி பண்டாரச்சி மருமகள் எடுத்திருந்தாள். மருமகளும் சேர்ந்து அப்பப்ப சமையலுக்கு வந்துபோய்க் கொண்டிருந்தாள்.

இரண்டு தலைமுறையாக சாட்டாமல் கிடந்த மாரியம்மன் பொங்கல் அந்த வருடம் சாட்டியிருந்தது. ஒவ்வொரு வீட்டிற்கும் ‘ஒறம்பரை’ சனங்கள் வந்தபடி இருந்தனர். ஊரெங்கும் ஆட்களின் முகங்கள் ரொம்பவும் சொடக்காகத் தெரிந்தன. சேந்துக் கிணற்றில்

கப்பிகள் உருண்டு கொண்டே இருந்தன. விநாயகன்கோயில் முன்பு சிறுவர்கள் சப்தமிட்டபடி ராத்திரி எல்லாம் விளையாண்டு கொண்டிருந்தார்கள். கோயில் பாதையிலிருந்து பெண்கள் அடி அளந்து கும்பிட்டுவிட்டு ஈரப்புடைவையோடு வந்து கொண்டிருந்தனர். சிறுமியும் பெண்களும் வீடு வீடாக மடிப்பிச்சை எடுத்தபடியிருந்தனர்.

சொர்ணாத்தாளும் சின்னாத்தாளும் ஊரிலிருந்து நேரமே வந்துவிட்டனர். மாப்பிள்ளைகளோடும் குழந்தைகளோடும் குழந்தைகள் வீடு முழுவதும் ஓடிக்கொண்டேயிருந்தன. சின்னாத்தாள் மாவிளக்குப் பிடிக்க மாவு இடித்துக் கொண்டிருந்தாள். கிணற்றடியில் சொர்ணாத்தாள் பொங்கல் அரிசி கழிந்து கொண்டிருந்தாள். மாப்பிள்ளைகளோடு ஆசாரத்தில் உட்கார்ந்து பேசிக் கொண்டிருந்தார் செல்லீயக் கவுண்டர். பண்டாரம் உள்ளே வந்து செல்லீயக் கவுண்டரிடம் கேட்டான். மாரியாத்தாளுக்கு புது சாத்து துணி எடுத்துட்டுப் போக வந்தனுங்க...

"செல்லீயக் கவுண்டர் உள்ளே எட்டிப் பார்த்து சப்தமிட்டார். "பர்வதம்... அந்த சாத்து துணியெ எடுத்துட்டு வா...''

உள்ளே இருந்து எந்த சலனமுமில்லாமல் போனது. மீண்டும் சப்தமிட்டார். என்ன நாஞ் சொல்றது... யார் காதுலெயும் விழலையா...?

குளித்துக் கொண்டிருந்த பர்வதம் கவுண்டச்சி பின்கட்டு நடையோரம் நின்று கொண்டிருந்த பழனாத்தாளைப் பார்த்துச் சொன்னாள். "பழனா... நீதான் எடுத்துக் குடுவேண்டி...''

பழனாத்தாள் உள் அறையில் பெட்டிமேல் வைத்திருந்த சாத்து துணியை எடுத்துக் கொண்டு வந்தாள். மஞ்சள் நிறத்தில் துணி ஜொலித்தது. பழனாத்தாளிடமிருந்து துணியை வாங்கும்போது பண்டாரம் திடுக்கிட்டான். செல்லீயக் கவுண்டர் வெடுக்கென எழுந்தார். பழனாத்தாளின் கன்னத்தில் அறைந்தார். படீரென்று சப்தம் எழுந்தது. மாப்பிள்ளைகளும் எழுந்தனர். செல்லீயக் கவுண்டர் வேகமாக பின்கட்டுக்குப் போய்க் கத்தினார்.

"அந்த முண்டைக்குத்தான் அறிவில்லீன்னா உங்களுக்கெல்லாம் எங்கடி போச்சு அறிவு..''

பழனாத்தாள் உள் அறைக்குள் ஓடிப்போய் கதவைச் சாத்திக் கொண்டாள். அவள் அழுவது வெளியே கேட்டது. மாவிளக்கு புறப்படும்போது சின்னாத்தாள் வந்து கதவைத் தட்டினாள். கதவு தாழிடப்பட்டிருந்தது. சப்தம் போட்டாள். செல்லீயக் கவுண்டரும்

வந்து கதவைத் தட்டிக் கூப்பிட்டார். அவர் கூப்பாடு வீடெங்கும் எதிரொலித்தது. பின்பு மெல்லத் தோய்ந்தது.

ஊருக்குள்ளிருந்து ஆட்கள் வந்து வீட்டின் மேல் ஏறினர். ஓட்டைப் பிரித்தனர். உள்ளே பழனாத்தாள் தூக்கு மாட்டியிருந்தாள். பழனாத்தாள் நாக்கு வெளியே தொங்கியது. மாவிளக்கு பாதியில் நின்றுபோனது.

பழனாத்தாளின் சாஸ்திரம் முடிந்த ராத்திரி, செல்லீயக் கவுண்டர் அவள் தூக்கு மாட்டிய கயிற்றை தோட்டத்துக்கு எடுத்துப் போனார். கிணற்று மேட்டில் குழி வெட்டிப் புதைத்து வைத்துவிட்டு வந்தார். சில நாட்கள் கழித்துப் பார்த்தபோது, அந்தக் கயிறு காணாமல் போயிருந்தது. விசயம் பரவ பரவ ஊரே பயந்து போனது. சிலர் பழனாத்தாள் 'ஆவி' ரூபத்தில் ஊருக்குள் திரிவதாக 'கதை' கட்டினார்கள். நெட்டுக்கட்டு வீட்டிலும் எல்லாரும் பயந்து போனார்கள்.

அதன் பின்பு ஊரில் மாரியம்மன் பொங்கல் சாட்டவேயில்லை. அப்படியே போயின பல ஆண்டுகள்.

சின்னாத்தாளும் சொர்ணாத்தாளும் கூட ஊருக்கு அடிக்கடி வருவது நின்றுபோனது. நெட்டுக்கட்டு வீட்டில் செல்லீயக் கவுண்டரும் பர்வதம் கவுண்டச்சியும் மட்டும் மிஞ்சினர். பூங்கொடி பண்டாரச்சி இறந்து போனாள். எப்பொழுதாவது விசேஷ நாட்களில் அவள் மருமகள் மட்டும் வீட்டுக்குப் போய்க் கொண்டிருந்தாள்.

ஒரு புரட்டாசி பிறப்பதற்கு முந்திய இரவு பர்வதம் கவுண்டச்சி, செல்லீயக் கவுண்டரிடம் இப்படிச் சொன்னாள்:

இதுதா... நாம் புடிக்கற கடேசி பொரட்டாசியா இருக்கணும். இத்தோட அந்த திருப்பதி ஆண்டவெ.. நம்மலை எடுத்துக்கணும்...

ஊரில் புரட்டாசி பிடிப்பவர்கள் வீடெல்லாம் சுவருக்கு சுண்ணாம்பு பூசினர். உள்ளே வழித்துவிட்டனர். பர்வதம் கவுண்டச்சியால் நெட்டுக்கட்டு வீட்டை முழுதும் பூசவோ, வழித்துவிடவோ முடியவில்லை. ஒத்தாசைக்கு வரும் பழைய ஆட்கள் கூட யாரும் வரவில்லை. இருள் அண்டிப்போனது வீடு. சனிக்கிழமையில் விரதம் மட்டும் இருந்தார்கள் செல்லீயக் கவுண்டரும் பர்வதம் கவுண்டச்சியும்.

முதல் சனிக்கிழமையிலிருந்தே மழை பெய்யத் தொடங்கியது. கோம்பைச் சுவர்கள் வெடிப்புக் கண்டன. விரிசல் கண்ட ஓடுகளிலிருந்து மழைத்தண்ணி வழிந்தது. தோணி பொத்துப் போயிற்று. வெளித்திண்ணையும் மதிற்சுவரும் பாசம் அண்டிவிட்டன. இரண்டாம் சனிக்கிழமை விரதம் முடிந்த இரவு மீண்டும் மழை

தொடங்கியது. அந்த வாரமெல்லாம் விடாமல் பெய்தது மழை. பொழுதைப் பார்ப்பது அபூர்வமாக இருந்தது. மூன்றாம் சனிக்கிழமை விரத இரவில் கனத்த மழை பிடித்தது. விடியற்காலையில் திடுமென்ற சப்தம் பர்வதம் கவுண்டச்சியை எழுப்பியது. பின்கட்டு விழுந்திருந்தது. நடையும் பெயர்ந்து கிடந்தது. கதவு வேலைப்பாட்டுக் குழிகளில் நீர் தேங்கியிருந்தது. அதன் பின்பு பர்வதம் கவுண்டச்சியும் செல்லீயக் கவுண்டரும் பின்கட்டுக்குப் போகவேயில்லை. நான்காம் சனிக்கிழமை 'சங்கு நாதம்' கொண்டாடினர் ஊரெங்கும்.

செல்லீயக் கவுண்டரும் குளித்து மதியத்திலிருந்தே ஆசாரத்தில் உட்கார்ந்திருந்தனர். பர்வதம் கவுண்டச்சி 'படையல்' வைத்துக் கொண்டிருந்தாள். தாசனும் பண்டாரமும் வரும்போது சாயங்காலம் ஆகிவிட்டிருந்தது. வந்ததும் பண்டாரம் பூஜையைத் தொடங்கினான். தாசன் சுவரில் 'நாமம்' வரைந்தான். சேவண்டி அடித்து சங்கு ஊதினான். சங்கு சப்தம் உச்சஸ்தாயிக்குப் போனது. பண்டாரம் துளசி தீர்த்தத்தை செல்லீயக் கவுண்டருக்குக் கொடுத்தான். பர்வதம் கவுண்டச்சிக்கு ஊத்தினான். துளசி தீர்த்தம் குடிக்கக் குடிக்க புரை ஏறியது பர்வதம் கவுண்டச்சிக்கு. சடக்கென்று சாய்ந்தார். செல்லீயக் கவுண்டர், கிட்டேபோய் பர்வதம் கவுண்டச்சியைத் தொட்டுப் பார்த்தார். அவர் கண்களிலிருந்து நீர் வடிந்தது. தாசனும் பண்டாரமும் படையலை எடுக்காமலேயே வெளியேறிப் போயினர்.

பர்வதம் கவுண்டச்சியைப் புதைக்க வெட்டிய குழியில் தண்ணி தேங்கியிருப்பதை செல்லீயக் கவுண்டர் பார்த்தார். செடிமேல் தண்ணிவிட்டு வீடு வரும்போதே சனங்கள் குறைந்திருந்தனர். வீட்டில் அன்று மாலை 'பஞ்சாங்கம்' பார்த்தனர். ஆறு மாதம் வீடு அடைக்க வேண்டும் என்றார் ஜோதிடர். பர்வதம் கவுண்டச்சிக்குப் பிடித்தமான சமையற்கட்டையே அடைத்தனர். சமையற்கட்டு நடையில் கட்டியிருந்த இலந்தை முள் வெளியே பிதுங்கியிருந்தது. சம்பந்தட்டும் தென்னந்தடுக்கும் காய்ந்திருந்தன.

நெட்டுக்கட்டு வீட்டில் மனித முகங்கள் அற்றுப்போயின. பக்கிக குடிபுகுந்தன. செல்லீயக் கவுண்டர் பகலெல்லாம் வெளித்திண்ணையில் உட்கார்ந்து கிடப்பதை ஊர்சனங்கள் பார்த்துப் போயினர். பூங்கொடி பண்டாரச்சி மருமகள்தான் காலையிலும் ராத்திரியிலும் சாப்பாடு கொண்டு வந்து வைத்துவிட்டுப் போய்க்கொண்டிருந்தாள். வீடு நீக்கிய இரவில் கரைவெளி வயலையும் தோட்டத்தையும் வித்துப் பணத்தை பங்கிக் கொண்டனர் மகளும் மருமகன்களும். சாமம் வரை பெருத்த

சப்தமாகக் கிடந்தது வீட்டில். மறுநாள் ராத்திரி பூங்கொடி பண்டாரச்சி மருமகள் சாப்பாடு கொண்டுவந்து வைத்துவிட்டு செல்லீயக் கவுண்டரிடம் சொன்னாள்:

"அவங்க... இப்ப எனக்கு செரியா காசு தர்றதில்ல... நீங்க நாளைக்கு காலையிலே என்னெ எதிர்பாக்காதீங்க...''

இரண்டு நாட்கள் வீட்டுக்குள்ளேயே படுத்துக்கிடந்தார் செல்லீயக் கவுண்டர். பசி குடலெல்லாம் பிடுங்கித் தின்றது அவருக்கு. மெல்ல அணத்தினார். யாரோ கொண்டு வந்து சாப்பாடு போட்டுப் போனார்கள். அவருக்கு சரியாக சாப்பாடு போட்டவரின் முகம் அடையாளம் தெரியவில்லை. மறுதினத்திலிருந்து வெளித்திண்ணைக்கு வந்து வட்டிலைப் பிடித்து உட்கார்ந்து கொண்டார். தண்ணிக்குப் போகும் பெண்களில் யாராவது இரக்கப்பட்டு வட்டிலில் சாப்பாடு போட்டுப் போவார்கள். சில நாட்கள் வட்டிலில் சாப்பாடு விழாமலும் போகும்.

இரவுகளில் பெருக்கான்கள் வீடு முழுவதும் அலைந்தன. சுவரெங்கும் குழி தோண்டின. சுவர்களில் வங்குகள் நிறைந்து போயின. விட்டங்களில் பூச்சிக் கூடுகள் படர்ந்தன. தரையில் குப்பைகள் மிகுந்தன. பல்லிகள் அதிகமாக பெருத்திருந்தன. நாலாந்திசைகளிலிருந்தும் 'சயனம்' சொல்லிக் கொண்டேயிருந்தன. விளக்கில் எண்ணெய் தீர்ந்து வெகுகாலம் ஆகிவிட்டிருந்தது. இருளும் நிசப்தமும் வீட்டை நிரந்தரமாகச் சூழ்ந்தன. ஒருநாள் பகலில் வெளித்திண்ணை விட்டமும் இறங்கிவிட்டது. தூண்கள் விலகிக் கொண்டன.

ஊரில் யாரோ செல்லீயக் கவுண்டரின் மகள்களுக்கு ஆள் அனுப்பினார்கள். அங்கிருந்து எந்தவிதப் பதிலும் வரவில்லை. ஒருநாள் நிலா கிளம்பிய ராத்திரியில் ஊர் அடங்கிய பின் செல்லீயக் கவுண்டர் வீட்டைவிட்டு வெளியே வந்தார். அவர் கையில் வட்டில் இருந்தது. அவர் திரும்பிப் பார்த்தார். நெட்டுக்கட்டு மறைந்து போயிற்று. தடியூன்றியபடி மேலும் நடந்தார். அவருக்கு ராமையா கம்மாலன் ஞாபகம் வந்தது.

- கணையாழி, ஏப்ரல் -1999

காற்றுக்காலம்

மூன்பு இங்கு முப்போகமும் மழை பெய்து கொண்டிருந்தது. கார்மழை, கோடைமழை, பருவமழை என மழை மிகுதியால் நிலம் சொதும்பி சதாகாலமும் உரம்பு எடுத்தபடியிருந்தது. ஈர மண்ணுக்குத் தோதான வெள்ளாமை வைக்க முடியாமல் மேகாட்டு குடியானவர்கள் அவதியுற்றனர். செம்மறியாடுகள் வாய் சப்பை கண்டு இறந்து போயின. பட்டிகள் அழிந்து வருவதை பொறுக்க முடியாத குடியானவர்கள் மற்ற சனங்களையும் திரட்டிக் கொண்டு போய் பாண்டிய மகாராஜாவிடம் முறையிட்டார்கள்.

பாண்டிய மகாராஜா வருண பகவானிடம் வேண்டினார்.

“சாமி எங்க தேசத்துக்கு ரெண்டு போகம் மழை பெஞ்சாவே போதும்... மூணு போகத்தெ இந்த பூமி தாங்காது. எப்படியாச்சும் நீங்கதா ஒரு போக மழையெ நிறுத்தணும்...''

அதற்கு வருண பகவானும் இறங்கிவந்து பேசினார். மழைக்கு அதிபதி நானே மழை பெய்யாதீன்னு சொல்ல முடியாது. வேன்னா குறைச்சுவிடறேன். எந்த போகத்த குறைக்கட்டும்...

பாண்டிய மகாராஜாவின் வாயில் கோடை போகம் என வந்து விட்டது. வருண பகவானும் அப்படியே வரம் கொடுத்தார்.

“பாண்டி மகாராஜாவுக்கு பனிபோல பெய்யும் போ...''

இந்த சம்பவம் எந்த யுகத்தில் நடந்தது என தெரியவில்லை. அன்றிலிருந்து இன்றுவரை இங்கு கோடைக் காலத்தில் மழையே பெய்வதில்லை. பறக்கும் புழுதி, இறையும் முறைச்சல், சுழலும் மரங்கள் என மேகாற்று நாலாத்திக்கிலும் தன்னை அடையாளம் காட்டிப் போனபடியிருக்கிறது. எங்கும் சாபங்கள் சீரழிந்த கதைகள் உண்டு. இந்த பூமிக்கு வரமே சாபமாகிவிட்டது.

லோகு மிளகாய் காட்டை சுற்றிப் பார்த்துக் கொண்டு வந்தான். உச்சி வெயில் நேராக பாத்தியில் இறங்கியபடியிருந்தது. தழைத்த நாற்று

சொடுங்கிக் கிடந்தது. தண்ணீர் பாய்ந்து பத்து நாளைக்கு மேலாகி விட்டது. திடீரென்றுதான் கிணற்றில் தண்ணீர் குறைந்துவிட்டது. நடவு நடும்போது மோட்டார் மூன்று மணி நேரத்திற்கு மேல் ஓடிக் கொண்டிருந்தது. இப்போது அரைமணி நேரத்துக்கு வந்துவிட்டது. தென்னங்கன்றும் யானை புல்லும் பாயவே சரியாகப் போய்விடுகிறது. மேற்கே யாரோ போர் ஓட்டி, நீரைப் பிடித்துக் கொண்டதாகத்தான் பேசிக் கொள்கிறார்கள். மேற்கு நீர்தான் கிணற்றிலேயே பெரிய நீராக இருந்து வந்தது.

மற்ற தோட்டங்களில் போர் ஓட்டிவிட்டார்கள். இந்த வேடைக்கும் 'ரெண்டு அணைப்பு' பாய்கிறது போர் ஓட்டியிருந்தவர்களுக்கு. கிணற்று மேட்டில் கம்ப்ரசர் ஓடும் சப்தம் சதாகாலமும் கேட்டபடியிருக்கிறது. சிலர் 'அடிசனல் சர்வீஸ்' வாங்கி இருந்தார்கள். வேறு சிலர் தொட்டி கட்டியிருந்தார்கள். லோகுவும் போர் ஓட்ட எண்ணியிருந்தான். போன வேடைக்கே ஓட்டியிருக்க வேண்டும். தனித் தோட்டமாக இருந்திருந்தால் இந்நேரம் செய்திருப்பான். இந்தத் தோட்டத்தில் மொத்தம் ஆறு பங்கு. இரு பங்காளிகள் எதற்கும் ஒத்து வந்தார்கள். மற்ற மூவர் முட்டுக்கட்டையிட்டபடியிருந்தனர். அவர்களுக்கும் மிளகாய் காடு காய்ந்தபடிதானிருந்தது. ஏனோ தெரியவில்லை யோசிக்கிறார்கள்.

'லோகுவுக்கும் கடன் இருந்தது. மாலதியைக் கட்டிக்கொடுத்த வகையில் அம்மாவுக்கு சீக்கு பார்த்த வகையில் என. ஏனோ இந்த இரண்டு வருஷமாக தொட்டதெல்லாம் செலவிலேயே முடிகிறது. மிளகாயை நம்பித்தான் நம்பிக்கையை வளர்த்தபடி இருந்தான். ஒட்டன்சத்திரத்திற்கு மிளகாய் சாக்கு பிடிப்பது மாதிரியான கனவு ஓய்வு நேரங்களை வியாபித்தபடியிருந்தது. மிளகாய்ச் செடியும் நன்றாகத்தான் வேர்பிடித்தது. இரண்டாம் களை வெட்டி பூவெடுக்கும் பக்குவம் வந்துவிட்டது.

கிணறு ஏமாற்றிவிட்டது. நவட்டையுள்ள கிணறுகூட வற்றிவிட்டது. இந்த வருஷம் கார்மழையும் சரியாகப் பெய்யவில்லை. அக்னி நட்சத்திர கழுகு முடியுமுன்பே காற்றுக்காலம் தொடங்கிவிட்டது. கோடைக்காற்று தரையில் ஈரத்தை உலர்த்தியபடி போயிற்று. வைகாசியில் வாய் திறந்த கோடை என்று செலவாந்திரம் சொல்வார்கள். அது சரியாகத் தானிருக்கிறது.

லோகு கிணற்று மேட்டுப் பக்கம் வந்திருந்தான். பங்காளிகளை ஒன்றுகூட்டுவது அவ்வளவு சுலபமாயில்லை. நான்கு

தலைக்கட்டாகவே உறவும் பிரிவுமாகவே வசிக்கிறார்கள். சரியான பேச்சுவார்த்தையின்றியே காலம் கழிகிறது. இழவு, கல்யாணம் என்று ஒன்று சேர்ந்து கொள்வார்கள். அதுகூட ஊர் பேசும் என்பதற்காகத்தான்.

நேற்று கொண்டரசம்பாளையத்திலிருந்து நடுமாமா வந்திருந்தார். எல்லாரையும் கூட்டி வைத்து சண்டை பிடித்துப் போனார். மறுநாள் மடத்துப்பாளையத்திலிருந்து பெரிய மாமாவையும் அழைத்து வந்து பேசினார். மணியும் பெரியப்பாவும் உடனே ஒத்துக் கொண்டார்கள் போர் ஓட்டுவதற்கு. துரைசாமி சித்தப்பாவை சமாதானம் செய்ய இரவு வெகுநேரம் ஆகிவிட்டது.

விடியும் முன்பே லோகுவை எழுப்பிவிட்டாள் அம்மா. மொபட்டை எடுத்துக் கொண்டு போனான். குள்ள கவுண்டன் புதூர் போய் சுப்புக்குட்டி ஜோசியரை அழைத்து வந்தான். சுப்புக்குட்டி ஜோசியர் வந்ததும் திண்ணையில் உட்கார்ந்து பெரிய வெள்ளைக் காகிதம் கேட்டார். மணிதான் கிறாவை வேலி வளைந்த இடத்தைக் கூட துல்லியமாகச் சொன்னான்.

பின்பு சுப்புக்குட்டி ஜோசியர் உள்ளங்கையில் மட்டை உறித்த தேங்காயை வைத்தார். தேங்காய் உருளும் தொனியிலேயே ஓர் இடத்தைக் குறித்துக் கொண்டார். பின் எழுந்து தோட்டத்துக்குள் போனார். குறித்த இடத்தைத் தேடினார். அவர் செயல்கள் எல்லாம் விநோதமாகவே இருந்தன. அவர் குறித்த இடம் பனைசால் பக்கம் இருந்தது. அங்கேயே நின்றுகொண்டு சொன்னார்.

வடமேக்குல பெரிய்ய காலா போகுது... உங்க செலவுக்கு தாட்டும்... முந்நூறு அடிக்குள்ள பொத்தரும். இங்கேயே குறிச்சுக்குங்க..

மணி, சுப்புக்குட்டி ஜோசியர் குறித்த இடத்தில் முளைக்குச்சி அடித்தான் அடையாளத்திற்கு. தோட்டத்தில் வேறு இடத்தை ஜோசியர் பார்க்கவேயில்லை. கிளம்பிப் போய்விட்டார்.

துரைசாமி சித்தப்பாவுக்கு சுப்புக்குட்டி ஜோசியர் மேல் நம்பிக்கை வரவில்லை. பழைய கோட்டையிலிருந்து வேறு ஒருவரைக் கூட்டி வந்தார். அந்த ஜோசியர் தங்க சங்கிலியை விரலில் சுழற்றியபடி நீரைத் தேடினார். கடைசியில் அவரும் முளைக்குச்சி அடித்த இடத்திற்கே வந்து நின்றார். அவருக்குப் பொதுவில் முந்நூறு ரூபாய் வாங்கிக் கொடுத்தார் துரைசாமி சித்தப்பா.

அன்றைக்கு சாய்ந்தரம் உள்ளூரிலிருந்து ராமர் வந்து பார்த்தார். மேற்குவாசல் வீட்டு ராமர் என்றே கூப்பிடுவார்கள் ராமரை ராமர்

கிணற்று மேட்டிலிருந்து ஆரம்பித்தார். சுவை பிரிந்த ஊஞ்சவிளாறை இரு கைகளிலும் இழுத்துப் பிடித்து வேறுவிதமாக நிலத்தடி நீரைக் கணித்தார். ராமர் நடையோடுகூட விளாறு சுழன்றபடியே போனது. முளைக்குச்சியிடம் வந்ததும் சுழற்சி அதிகமாக்கி ஒடிந்து விளாறு விழுந்தது. ராமர் சொன்னார்.

“இந்த எடத்துல சமுத்திரமே ஓடுதுன்னு நெனைக்கறே... இல்லின்னா மாரு இப்படி ஒடியாது..''

எல்லோருக்கும் சந்தோஷமாகப் போயிற்று. ஆனாலும் பெரியப்பா தன் பங்கிற்கு மாலைசாமி கோவிலுக்கு சயனம் கேட்க போனார். அந்தி கிழக்கே அதிகாலை மேற்கே. கீழ்புறம் திரகள்ளி மரத்தில் கணிக்கணீரென்று சொல்லிற்று. இருட்டிய வேளை சுபசயனம் கிடைத்ததில் திருப்தியடைந்தார். வந்து எல்லோரிடமும் சொன்னார். அதோடு விடவில்லை. காதபுள்ளபட்டி திப்பணங்காட்டு ஐயனிடம் சாமி கேக்கவும் போய் வந்தார்.

இரு நாட்களுக்குப் பின் கோனேறுபட்டி லிங்கசாமி ஜோசியர் கூட்டி வரப்பட்டார். துரைசாமி சித்தப்பாவின் ஆசாரத்தில் உட்கார்ந்து எல்லோர் ஜாதகத்தையும் கணித்தார். நீர்ராசி இருப்பதாகவே சொன்னார். எல்லோர் மன ஏக்கமும் தீர்ந்தது. இந்த வாரத்திலேயே போர் ஓட்டிவிடலாம் என்று முடிவு செய்யப்பட்டது.

அதன் பின்புதான் லோகு பணத்தைப் பற்றி யோசித்தான். ஆட்டுக் குட்டிகளும் இப்போது விற்பதற்கு ஆகாது. காளைக் கன்றுகள் இருக்கின்றன. கன்னபுரம் தேரும் சம்பலாகப் போனதால் சந்தை இந்த மாதமெல்லாம் சூடு பிடிக்கிறமாதிரி தெரியவில்லை. பழக்கும் தருணத்தில் கன்றுகளை ஈனவிலைக்கு விற்க மனசு ஒப்பவில்லை. அம்மாவின் நகையும் வங்கியில் மாட்டிக் கொண்டது. ஒரு வழியும் சிக்காமல், யோசனை நீண்டு கொண்டிருந்தது.

பொழுது சாயத் தொடங்கியிருந்தது. லோகு தொண்டுபட்டி போனான். கறவை மாடுகளுக்கு தீவனம் போடும்போது விசில் சப்தம் கேட்டது. கிணற்று மேட்டிலிருந்து துரைசாமி சித்தப்பாவும் மணியும் கூப்பிட்டார்கள். காற்று, மாடுகளுக்கு தீவனம் போட முடியாமல் செய்து கொண்டிருந்தது. ஒதுக்குப் படல் கட்டி வைக்க வேண்டும் என நினைத்துக் கொண்டான். கிணற்று மேடு போனதும் துரைசாமி சித்தப்பாதான் கேட்டார்.

“என்ன பணம் ஆச்சா?''

“இன்னும் ரெண்டு நாளாகும்...''

“நீயே ரெண்டுநாள் ரெண்டு நாள்னா எப்ப போர் ஓட்டறது. நா வந்ததே உங்களுக்காகத்தான்... அப்புறம் நானும் எறிஞ்சுட்டு போயிடுவேன்.... எனக்கு ஒன்னும் போர் ஓட்டணும்னு தேவைமயிரு கெடையாது... புரிஞ்சக்க... பாத்து சீக்கிரம் பொரட்டு...''

லோகுவிற்கு துரைசாமி சித்தப்பா எதற்கு இப்படிப் பேசுகிறார் என்றே புரியவில்லை. மணி எதுவும் பேசவில்லை.

இருட்டியதும் தெற்கு வளவு போனான். தெற்கு வளவு சனங்கள் நிறைந்தது. எட்டு வீடுகளுக்கு மேலிருந்தன. நடுவாசலில் எள் கட்டுகள் குச்சூனி வைக்கப்பட்டிருந்தன. குருவிக்காட்டு மாமன் வீடு தெற்கு பார்த்த நடை கொண்டது. மாமன் வீட்டிலேயே இருந்தார்.

லோகு வெளித்திண்ணையிலேயே உட்கார்ந்து கொண்டான். சம்பிரதாயப் பேச்சு முடிந்ததும் வந்த விசயத்தைச் சொன்னான். மாமன் சப்தமாகப் பேசும் சுபாவம் கொண்டவர்.

“மாப்புள்ளே அவசரத்துக்கு கேக்கறீங்கறதுக்காக தாரேன்... வட்டி மூணு ரூவா... கொறைக்கப்படாது...''

எதிரில் செல்லமுத்து மாமா வீடு இருந்தது. ஒறம்பரை சனங்கள் நிறைய உட்கார்ந்திருந்தனர் வெளித்திண்ணையில். வளவு சனங்கள் எல்லோரும் தன்னையே பார்ப்பது மாதிரி இருந்தது லோகுவுக்கு. மாமன் பணம் எண்ணிக் கொடுக்கும்போதும் சப்தமாகவே பேசினார்.

லோகு பணத்தை வாங்கிக் கொண்டதும் விரைசலாக வீதிக்கு வந்தான். இருள் பரவிய வீதி ஆள் முகமற்றுக் கிடந்தது. சாயந் தரத்திலிருந்து காற்றுகூட அடங்கிவிட்டிருந்தது. ஆனி மாசத்தில் மழை பெய்யக் கூடும்போல் தெரிந்தது. ஆனி மழை மறுமழையை அறுபது நாளைக்கு ஓட்டிவிடும் சக்தி கொண்டது. அறுபது நாளைக்கு மழையே பெய்யாவிட்டாலும் பரவாயில்லை. இப்போது ஒரு மழை பெய்தால் போதும் என்றிருந்தது லோகுவுக்கு.

இந்த வருசம் கோடையும் கொங்கனும் எதிர்த்துப் பெய்வதுகூட நின்றிருந்தது. சாரல்கூட இல்லை. மேகங்கள் தாழவே போயின. பார்த்து ஏங்கட்டும் இந்த குடியானவர்கள் என இருக்கலாம். இந்த மேகங்கள்கூட ஒரு சீமையில் பெய்துவிட்டு இன்னொரு சீமைக்கு குளிரையும் காற்றையும்தான் கொண்டு வருகின்றன. பாரபட்சமுள்ளவை இந்தக் கோடை மேகங்கள்!

லோகு மறுநாளே துரைசாமி சித்தப்பாவிடம் பணத்தைக் கொடுத்து விட்டான். இருநாட்கள் கழித்து போர் வண்டி தோட்டத்திற்கு வந்தது. சுப்புக்குட்டி ஜோசியரே கூட்டி வந்தார். லாரி டிரைவரோடு தனியாக பேசிக் கொண்டேயிருந்தார். ஒவ்வோர் அடிக்கும் கமிஷன் உண்டு ஜோசியருக்கு என பேசிக்கொண்டார்கள் இங்கிருந்தவர்கள்.

முதல் ராடு இறங்கும்போது இளமதியத்திற்கு மேலாகிவிட்டது. வெறும் புகையாகவே போயிற்று. பொழுதுக்கும் அப்படியே ஓடிற்று. வெங்கிக்காலே கிடைக்கவில்லை. இருட்டும்போது முந்நூறு அடிக்கு மேல் போயிருந்தது. சுப்புக்குட்டி ஜோசியர் அடிக்கடி கிட்டவந்து ஆறுதல்படுத்திக் கொண்டிருந்தார். பத்து மணிக்கு மேலானதும் அவரும் மொபட்டில் கிளம்பிப் போய் விட்டார்.

சாமம் தாண்டிய பின்பும் ஐந்நூறு அடிக்குமேல் ஓடிக் கொண்டிருந்தது. அதே புகை... அதே கருங்கல் பாறை... அறுநூறு அடி வரைதான் வண்டியில் ராடு இருந்தது. பொக்கும் என்கிற நம்பிக்கையற்றுப் போய் விட்டது லோகுவுக்கு. பனை மரத்தில் சாய்ந்து உட்கார்ந்து பார்த்தபடியே இருந்தான். அதே மாதிரிதான் நடந்தது. ஒரு பொட்டு தண்ணீர் பொக்கவில்லை.

கடைசி ராடு கழற்றி முடித்தபோது கோழி கூப்பிட்டு விட்டது. பின் இரவில் கோடை குளிர் மிகுந்திருந்தது. துரைசாமி சித்தப்பா வந்து பணத்தை சரிபார்த்துக் கொடுத்தார். முகம் எப்பவும் போலவே இருந்தது அவருக்கு. வண்டி கிளம்பிப் போயிற்று. அதுவும் தன் பங்குக்குப் புகை கக்கியபடியேதான் போயிற்று.

லோகு மெல்ல எழுந்தான். வீட்டுக்கு வரும்போது கிழக்கே செவ்வானம் படர்ந்து போயிருந்தது. சமையலடியில் உட்கார்ந்து அம்மா அழுது கொண்டிருப்பதைப் பார்த்தான். லோகுவுக்கும் விழி முனையில் நீர் ததும்பியது.

திரும்பவும் தோட்டத்திற்கே நடந்தான். வெளிச்சம் பரவிக் கொண்டிருந்தது. மணி போர் குழியை சாக்கால் மூடிகட்டிக் கொண்டிருந்தான். கூட துரைசாமி சித்தப்பா நின்று பார்த்தபடியிருந்தார்.

பனைசாலுக்குள் செம்பூத்தின் குரல் கேட்டது. கட்டுத் தரையில் குருவிக்காட்டு மாமன் உட்கார்ந்திருப்பதைக் கண்டதும் ஏதேதோ யோசனை எழுந்தது. அருகில் போனதும் மாமனே பேசினார். போரைப் பற்றி விசாரித்தார். பேசும் தொனியிலேயே தெரிந்தது. போர் பொக்காமல் போனது பற்றிய வருத்தமில்லை மாமனுக்கு. எங்கே

பணம் வராமல் போய்விடுமோ என்கிற பயமே இருந்தது. முயற்சித்து மாமன் சமாதானம் அடைந்த மாதிரி தெரியவில்லை. புலம்பியபடி கிளம்பிப் போனார்.

வெயில் ஏறியபடியிருந்தது. தொளை மேட்டிலிருந்து துரைசாமி சித்தப்பா இறங்கி வருவது தெரிந்தது. லோகுவிடம் வந்ததும் நின்று பேச ஆரம்பித்தார்.

"போர நாந்தனியா ஓட்டியிருந்தேன்னா... பொத்துருக்கும். இந்த தோசிகால் புடிச்ச நாய்களோடு சேந்து ஓட்டி காசு போனதுதான் கண்டவளம்..."

அப்போது சித்தப்பாவின் பேச்சைப் பெரிதாக எடுத்துக் கொள்ள வில்லை லோகு. வீடு வந்ததும் நினைத்துப் பார்த்தான். பின்பு அந்த வாரமெல்லாம் அதே நினைவாகவே இருந்தது.

காற்று அடங்கியதோடு முகில்களும் எடுத்திருந்தது, தேங்கிப் போனது. நல்ல உக்கிரம்கூட இருந்தது. லோகு இந்த மழையை எதிர்பார்க்கவில்லை. கொறங்காடுகளில் வறப்பொறுக்கல்கள் இருந்தன. இந்த மாதமெல்லாம் ஆட்டுக்குட்டிகள் வயிறார அரிக்கும் என நினைத்திருந்தான்.

தண்ணீர் ஓடக்கூட மழை பெய்யவில்லை. திரும்பவும் காற்று எடுத்துவிட்டது. வறப் பொறுக்கல்கள் எல்லாம் வீணாய்ப் போயின. செம்மறியாடுகளுக்கு மேய்ச்சல் அற்றுப் போனது. ஆடுகள் பசி தாளாமல் குரல் கொடுத்தவண்ணமிருந்தன. பகலெல்லாம் அலைந்த படியிருந்தது. குறுக்காட்டிமேய்ப்பது கஷ்டமாயிற்று.

ஊருக்குள் சிலர் உப்பாற்று கரைவெளியில் மேய்ப்பதற்கு ஓட்டிப் போனார்கள். சிலர் செழித்த பகுதி பார்த்து இடம் பெயர்ந்தார்கள். டயர் வண்டிகளில் பட்டித்தரம்புகளும் கொடாப்பும் ஏற்றிப் போவதை லோகு நாளெல்லாம் பார்த்தான். வறட்சியின் ரூபம் நாலாத்திக்கிலிருந்தும் நெருங்கிக் கொண்டிருந்தது.

நேற்று துரைசாமி சித்தப்பா கிழக்கேயிருந்து கடலைக்கொடி வாங்கிக் கொண்டு வந்திருந்தார். விலை அதிகம் என பேசிக் கொண்டார்கள். லோகுவிற்கும் தீவனப் பற்றாக்குறையிருந்தது. அதனால் பணம் தேடும் யோசனையும் இருந்தது.

கிணற்றிலும் தண்ணீர் வற்றிவிட்டது. நெல்காயப் போடலாம் போல் ஆகிவிட்டது. மோட்டார் எடுத்துவிட்டுப் பல நாட்கள் ஆகிவிட்டன. விடியற்காலையில் சேந்தினால் ஆழத்தில் கொஞ்சம்

தண்ணீர் இருந்தது. அதுவும் ஆடுமாடுகளுக்கே போதுமானதாயில்லை. துரைசாமி சித்தப்பாவிடம் இரு சோத்தாட்கள் இருந்தார்கள். ஆளுக்கு முந்தி அவர்கள் சேந்திவிடுவார்கள்.

லோகுவுக்கு கிணற்றை விட்டால் அருகில் வேறு நல்ல கிணறு கிடையாது. குருவிக்காட்டு மாமன் போர் தொட்டி போய்ந்தான். தண்ணீர் முகர்ந்து வந்து கொண்டிருந்தான். சைக்கிளில் போவதால் நடைக்கு இரு குடங்கள் வந்துவிடுகின்றன. ஆனால், இட்டேரியில் அரை மைல்போல் போக வேண்டியிருந்தது. நெடுக மணல் பொதுமிய வழி. பெரும்பாலும் சைக்கிளை உருட்டியபடியேதான் போய் வர முடிந்தது.

தாழிகள் நிறைய பத்து குடத்திற்கு மேல் தேவைப்பட்டது. ஆட்டைத் தவிர்த்து ஆறு உருப்பட்டிகளுக்கு இந்த தண்ணீர் குறைச்சல் என்றே பட்டது. எப்படியும் தண்ணீர் ஊற்றி முடிக்கும்போது, இளமதியம் ஆகிவிடுகிறது. தோட்டத்திலும் வேறு வேலைகளற்றுப் போய்விட்டது. பொழுது மெல்ல நகர்வதுபோல இருந்தது. காய்ப்புக்கு வந்த தென்னம் பிள்ளைகள் சொடுங்கிக் கொண்டிருந்தன. ஆடியில் மழை பெய்தால் ஒரு சமயம் பிழைக்கக்கூடும் என தோணியது.

மழை தூரப் போய்விட்டது. ஆடியில் அலைக்கழிக்கும் காற்றும் எடுத்துவிட்டது. வெக்கை படர்ந்த நிலம் காற்றுக்கு வெவ்வேறு வழிகளில் கட்டுண்டு கிடந்தது.

லோகு காலையில்தான் போர்பட்டறையைப் பார்த்தான். இன்னும் ஒரே விசவு தட்டுதான் பாக்கியிருந்தது. வைக்கபுல்லெல்லாம் தீர்ந்து நாளாகிவிட்டன. மாடுகள் மூத்திர கவிச்சியோடு இறைந்து கிடக்கும் கூளங்களையெல்லாம்கூட தின்று தீர்த்துவிட்டன. கறவை மாடுகள் மொளக்குச்சியைச் சுற்றியபடி இருந்தன. தீனி வேண்டி தலையை வைத்தன. லோகுவுக்கு மேலும் கட்டுத்தரையில் நிற்கப்பிடிக்கவில்லை. வாயில்லா ஜீவன்களை நினைத்துப் பாவமாக இருந்தது.

இரவு சாப்பாட்டின்போது, லோகு அம்மாவிடம் பேசினான். செலவு பெட்டியில் ஏதோ தேடிக் கொண்டிருந்த அம்மா சொன்னாள்...

“கறவை மாட்டை வித்துப் போட்டின்னா மேசெலவுக்கு திண்டாடிப் போயிரோனு.... வேண்ணா கண்ணுகள ?வித்துப்போடு...''

லோகு காளைக் கன்றுகளை வண்டி பழக்கும் எண்ணத்தோடுதான் வளர்த்தினான். பின்பு கன்னபுரம் தேருக்கு விற்கலாம் என நினைத்திருந்தான். தேர் சம்பலாகப் போனதால் அத்திக்கொம்பை

தேர்வரை இருக்கட்டும் என விட்டுவிட்டான். ஆவணி கடைசியில் தொப்பம்பட்டி தேரும் கூடுகிறது. ஆனால், தீனிப்பஞ்சம் இப்போது கன்றுகளை கட்டுத்தரையிலிருந்து விரட்டிவிட்டது.

செவ்வாய்க்கிழமை வந்ததும் லோகு காளைக் கன்றுகளை தாராபுரம் சந்தைக்குப் பிடித்தான். சந்தையில் அளவற்ற மாடுகள் கூடியிருந்தன. ஆடி காலம். ஆடு மாடுகள் அழியும் காலம். எதிர்பார்த்த விலையில்லை. சந்தை அடியோடு இறங்கிப் போய்விட்டது. பணத்தை வீட்டில் கொண்டுவந்து வைக்கும்போது, திரும்பவும் அம்மாவே சொன்னாள்...

"அடேய்... கடனக்கீது தீத்து பணத்தை தொலச்சறாதே... தீவனம் வாங்கிப் போடற வழியப் பாரு... கறவ மாடு சிவபட்டினியா கெடக்குது...''

இரவு லோகு ஊருக்குள் விசாரித்தான். மணக்கடவு பக்கம் மக்காசோளத்தட்டு இருப்பதாகச் சொன்னார்கள். குருவிக்காட்டு மாமன்கூட அங்கு போய்த்தான் வாங்கி வந்திருப்பதாகத் தெரிந்தது.

மறுநாள் லோகு மொபட்டை எடுத்துக் கொண்டு கிளம்பினான். வாய் நம்ப அரிக்கிற மாதிரி ஒரு மழை பெய்தால்கூட தீனிப்பஞ்சம் தீர்ந்துவிடும் என நினைத்தபடியே சுற்றினான். தெற்கு வெளி ஊர்களில் அலாதியான நிசப்தம் இருந்தது. சின்னச் சின்ன ஊர்கள் நிறைய எதிர்ப்பட்டன. தேர்ப்பட்டியில் மக்காசோளத்தட்டும் குளத்துப்பாளையத்தில் கடலைக்கொடியும் வாங்கினான். டெம்போ பிடித்துக் கொண்டான்.

கட்டுத்தரைவந்து, தீவனம் இறக்கி முடித்தபோது காளைக் கன்று பணம் சரியாகப் போயிற்று. இந்த தீவனமும் அதிக நாளைக்கு வராது என்பது தெரிந்தது. மழையும் பெய்கிற மாதிரி தெரியவில்லை. இருட்டிவிட்டது. லோகு வீட்டுக்கு போனான். சமையலடியிலிருந்த அம்மா சொன்னாள்...

"லோகு... குருவிக்காட்டு மாமன் வந்து உன்னெ கேட்டுட்டுப் போச்சு... ?''

லோகு மேற்கொண்டு பேசவில்லை. மறுநாள் தண்ணீர்க்குப் போனபோது குருவிக்காட்டு மாமன் பிடித்துக் கொண்டார். ஏக கோபத்திலிருந்தார். காளைக் கன்று விற்ற பணம் தனக்கு வரும் என நினைத்திருக்கிறார். பணம் வராமல் போகவே கோபமாகிவிட்டார்.

லோகு மேல் நம்பிக்கையும் போய்விட்டது மாமனுக்கு. பேச்சிலிருந்தே தெரிந்தது.

“தோட்டத்துல வெள்ளாமையுமில்ல... போரும் பொக்குல காளக்கன்னையும் வித்துட்டே... பின்ன எப்படிடா குடுப்பெ...''

லோகுக்கும் மெல்லக் கோபம் வந்தது. குரலை உயர்த்திப் பேசினான்.

“எப்படியாச்சும் குடுப்பே... வட்டி குடுக்கறேன்ல...'

“ஓகோ... தொர வட்டி குடுத்தா அப்ப அசல் கேக்கக் கூடாதோ...?''

லோகு பதில் பேசவில்லை. இனி நின்றால் சண்டை வரும்போல் தோன்றியது. இத்தனை நாளைக்குப் பின்னால் மாமனோடு தண்ணீர் மோக்காமலேயே திரும்பிவிட்டான். சைக்கிள் இட்டேரியில் லெவுகாக வந்தது.

கட்டுத்தரை வந்ததும் அம்மா கேட்டாள். கூளம் அள்ளிப் போட்டுக் கொண்டிருந்தாள்.

“ஏன்டா வெறுங்கொடத்தோட வாரே...?''

“மாமன் பேசறது செரியில்லே... வந்துட்டே...?''

“வாங்குன கடனெ ஒழுங்காத் திருப்பிக் குடுக்கத் தெரியணும். இல்லீன்னா எல்லா அப்படித்தாம் பேசுவாங்க.. என்னைக்கும் நாம நாலு காசு வெச்சு பொழைக்கணுமுங்கற அக்கற வேணும்...''

லோகுவுக்கு அம்மா தன்னைத்தான் குத்திக்காட்டிப் பேசுகிறாள் என்பது தெரிந்தது. இயலாமையைச் சொல்லும்போது மட்டும் யாருக்கும் கோபம் வரத்தான் செய்கிறது. லோகு பொறுத்துக் கொண்டான். அம்மாவே திரும்பவும் கேட்டாள்.

“இப்ப தண்ணிக்கு என்ன பண்ணப் போறே...''

“ஆத்துக்கு போகப்போறே...?''

“எகத்தாளமா பேசாதே... தாழி வறண்டு கெடக்கு... ஆடு வந்ததியும் தண்ணிக்கு ஆலாப்பறக்கும்... ஏதாச்சும் வழி பண்ணு...''

“இருக்கறத வெச்சுக்கிட்டு செரிபண்ணு... சாய்ங்காலமா ஏவாரிய வரச்சொல்லீருக்கே... மாட்ட வித்துட்டு பட்டிய மடத்துபாளையத்துக்கு தூக்கிட்டு போலாமுன்னு இருக்கே... ஆட்டுக்கு அங்க நல்ல மேவு இருக்கறதா பெரிய மாமா சொன்னாரு...''

“உனக்கு கறவ மாடு இருந்துக்கிட்டுதா கண்ண உறுத்துது… எப்படியோ தொலைச்சு தலமுழுகினா செரி…’’

அம்மா கொறங்காட்டுக்குக் கிளம்பினாள். காய்ந்த மிளகாய் காட்டி இடையில் ஒற்றைக் கால் தடம் விழுந்து கிடந்தது.

தென்புறம் துரைசாமி சித்தப்பாவின் ஆட்கள் டயர் வண்டியில் பட்டித்தரம்புகளை ஏற்றிக் கொண்டிருந்தார்கள் வண்டியிடம் கொடாப்பை உருட்டிப் போவது தெரிந்தது. பனைஞ்சால் ஓரம் மணி போய்க் கொண்டிருந்தான். கூப்பிட்டுக் கேட்டான்.

“சித்தப்பா ஆடு எந்தூருக்குப் போவுது…?’’

“மடத்துப் பாளையத்துக்கு…’’

லோகுவுக்கு பக்கென்றது. எல்லாம் முடிந்தது போலவே இருந்தது. மணி போய்விட்டான். இன்னும் மேகாற்று விடாமல் அடித்துக் கொண்டுதானிருந்தது. காற்றின் தராதரத்தை வைத்துப் பார்க்கும்போது பருவமழைகூட பின்தங்கிவிடும் போல் தெரிந்தது. பருவ மழைக்கும் ஆவணி மாசம் முழுசாகக் கிடந்தது.

இந்த மேகாற்றுக் காலம் வாழ்வை பீதிகொள்ளச் செய்தபடிதான் இருக்கிறது எல்லா வருஷங்களும். லோகு யோசித்தபடி நின்று கொண்டிருந்தான். யாருக்கும் புரையோசனப்படாத கோடை மழை பனிபோல பெய்தபடி போயிற்று. பாட்டம் பாட்டமாக!

- உயிர்மை, மே - 2004

மழை நாள்

இரவு சாப்பாட்டின்போது அப்பா சொன்னார்: என்னடா... நாளைக்கு மாமனூருக்கு போயீ... வட்டிப் பணத்தை வாங்கீட்டு வந்தர்றியா...?

இவன் சரியென்று தலையசைத்தான். கை கழுவி எழும்போது அம்மா சொன்னாள்: ஓம்போது மணி பஸ்ஸுக்கே போயிரு... அப்பத்தான் உம்மாமன புடிக்க முடியும்... மத்தியானத்துலதா அவெ சாவகாசமா இருப்பே...

போன மாதம் வரை மாமாவிடம் வட்டி வசூல் செய்ய அப்பாதான் போய் வந்தார். எப்போதோ வாங்கிய அதிகமான கடனுக்கு மாமா வட்டி மட்டுமே மாதம் தவறாமல் கொடுத்துக் கொண்டேயிருக்கிறார். மாமா வீட்டிற்கு வந்து பேசும் தருணங்களைக் கவனித்தான். இந்த ஜென்மத்தில் எல்லாம் அசல் வருவதற்கான கூறுவாறே இல்லை எனத் தெரியும்.

இவன் வசந்தா தியேட்டர் பஸ் ஸ்டாப் வந்து நின்று கொண்டான். ஏறு வெயில்; நெற்றி வேர்த்து வடிந்தது. பஸ் எப்பொழுதும் போலவே கூட்டம் நிறைந்து வந்தது. உருமால் கட்டிய ஆண்கள் படியில் தொற்றிக் கொண்டு வந்தனர். ஏறி உள்ளே போக சிரமப்பட வேண்டியிருந்தது. பாதி வழி போனபின்தான் உட்கார இடம் கிடைத்தது. இளமதியத்திலே உக்கிரம் மிகுந்திருந்தது. திரள் திரளாக முகில்கள் கிளர்ந்து கொண்டிருந்தன. முகிலின் இடையில் ஆகாசத்தின் நீலம் அடர்ந்து தெரிந்தது.

பஸ்ஸிலிருந்து இறங்கும்போதே வெயில் குறைந்துவிட்டது. வீதியில் நடக்கும்போது சட்டென்று நிழல் கவிழ்ந்தது. காற்று குளிர் கலந்து வீசிற்று. வாசற்படியில் செருப்பு கழற்றும்பொழுது மழை இறங்கி விட்டது. மாமா ஆசாரத்துக் கட்டிலில் உட்கார்ந்திருந்தார். எப்பொழுதும் போலவே அத்தை வரவேற்றுப் பேசிவிட்டு

உள்ளே போய்விட்டாள். நெடுநேரத்திற்குப் பின்பே அத்தை சமையற்கட்டிலிருந்து வெளியே வந்து சாப்பிடக் கூப்பிட்டாள். மழை வலுத்துக் கொண்டிருந்தது. வீதியில் வெள்ளம் பெருகி ஓடுவது தெரிந்தது. காற்றில் கூதலின் கனம் நிறைந்திருந்தது. சாப்பிட்டு முடிக்கும்போது வெளியே நின்று யாரோ சப்தமிட்டனர்.

"அண்ணோய்... கரையில் வெள்ளம் வந்திருச்சு... வடக்கயித்தெ எடுத்துக்கிட்டு வாங்க போலாம்... ராமசாமி அந்தப் பக்கம் போயி மத்தவங்களைக் கூட்டிட்டு வரப் போயிருக்கான்...''

வெளியில் நின்ற ஆள் தொப்பலாக நனைந்திருந்தான். அவன் பேசியது எதுவும் இவனுக்குப் புரியவில்லை. மழை இன்னும் தூறிக் கொண்டேயிருந்தது. மாமா அட்டாழி மேல் கிடந்த வடக்கயித்தை எம்பி உருவி எடுத்தார். சன்னமான சிறிய வடக்கயிறு அது. கரி படிந்து போயிருந்தது. மூன்று தலைக்கட்டாக கயிறு இந்த வீட்டிலேயே நின்ற ஆள் வடக்கயிற்றை வாங்கிக் கொண்டு முன்னே போனான். இவன் மாமாவோடு கிளம்ப ஆயத்தமானபோது அத்தை பேசினாள்...

"கரையில வெள்ளம் வர்றது முன்ன மாதிரியில்ல... மணலை வலிச்சதிலிருந்து தாறிக்கிட்டு வருது... இப்பவெல்லாம் தண்ணியில எறங்கறவங்கள்ல ஒருத்தரையாவது வெள்ளம் இழுத்துட்டுப் போயிருது... நீங்க பாட்டுக்கு வளுசப் பசங்களோட சேந்துக்கிட்டு எறங்கறீங்க... எந்தக் கவலையுமில்லாம.... இங்க நானல்ல தாலிய கையில பிடிச்சுக்கிட்டு இருக்க வேண்டியிருக்கு...''

மாமா அத்தையை முறைத்துப் பார்த்தபடி இவனிடம் சொன்னார்: "இந்த முண்டெ... எங்காச்சும் நல்ல காரியத்துக்குப் போகும்போது தான் தடுதல் சொல்லுவா.... சாபமிட்ட மாதிரி, வாடா மாப்பிள்ளே நம்ம போலாம்...''

மாமா விரைசலாக வெளியே கிளம்பிப் போனார். இவன் அத்தையைத் திரும்பிப் பார்த்தான். அத்தையின் முகம் வெறுப்பில் இறுகிப் போயிருந்தது. வீதியில் மாமாவிற்குத் தெரிந்த முகங்கள் கொங்காடைக்குள்ளிலிருந்து நீட்டி மழையைப் பற்றி விசாரித்தன. மேற்கேயிருந்து காற்று குளிரோடு வீசியது. சிறிது நேரத்திற்கு வானம் வெளிவாங்கும் போல் இருந்தது. கரை தார் ரோட்டை கடந்த இடத்தில் வாகனங்களும் ஆட்களும் ஸ்தம்பித்துப் போயிருந்தன. ராமசாமி மற்ற ஆட்களோடு சேர்ந்து புளிய மரத்தடியில் நின்று பேசிக் கொண்டிருந்தான்.

சில ஆட்கள் பீடி குடித்துக் கொண்டிருந்தனர். பெண்கள் மாராப்பை போர்த்திக் கொண்டு நின்றனர். வெள்ளத்தைப் பார்த்தபடியிருந்தனர். மாமாவைக் கண்டதும் ராமசாமி உற்சாகமாக மறுகரையை நோக்கி விசில் அடித்தான். மறுகரையிலிருந்து பதிலுக்கு விசில் கொடுத்தார்கள். கலங்கிப்போன மழைத்தண்ணீர் கரைகொள்ளாமல் அலையடித்துப் போயிற்று. கட்டைப்பாலத்தின் பக்கவாட்டு இரும்பு ஏங்கில் தெரியாமல் வெள்ளம் ஏறியிருந்தது. ஆளுந்தண்ணிக்கு மேல் போவதாக நின்றவர்கள் பேசிக் கொண்டனர்.

முதலில் மறுக்கரையிலிருந்தவர்கள் சைக்கிளோடு ஓர் ஆளையும் ஒரு சிறுமியையும் அழைத்து வந்தனர். ரோடு ஏறியவுடன் ஆளின் இடுப்பிலிருந்து கயிற்றை அவிழ்த்துக் கொண்டு பணம் வசூல் செய்தனர். மாமாவும் ராமசாமியும் மற்ற ஆட்களோடு சேர்ந்து இந்தப் பக்கமிருந்தவர்களை மறுகரைக்கு அழைத்துப் போயினர். கரையைக் கடக்கும் சனங்கள் இடுப்பில் கயிறு கட்டியிருந்தபோதும் தண்ணீருக்குள் தவழ்ந்து கொண்டு போனார்கள். பயம் மிகுந்திருக்க வேண்டும் அவர்களுக்கு. வெள்ளத்தைப் பார்க்கப் பார்க்க நடுக்கம் எடுத்தது இவனுக்கும். மாமா கோஷ்டியினர் ஆபத்தோடு விளையாடுவதாகத்தான் பட்டது. அத்தை சொல்வதில் எந்தக் குற்றமுமில்லை எனவும் தெரிந்துகொள்ள முடிந்தது.

கரையைக் கடக்க முடியாத கனரக வாகனங்கள் திரும்பிக் கொண்டு போயின. திருப்பூர் போனால்தான் பெரிய பாலம் வரும்என கூட்டத்தில் பேசிக் கொண்டனர்.

கரையில் வெள்ளம் வடியும்போது இருட்டிவிட்டது. அதற்குள் யாரோ போய் கோட்டர் பாட்டில்களும் வறுத்த குடல்கறி பொட்டலங்களும் வாங்கி வந்திருந்தனர். எல்லோரும் பணத்தைப் பங்கிட்டுக் கொண்டதும் குடிக்க வட்டமாக உட்கார்ந்தனர். ராமசாமி கேட்டான்: “டவுன் தம்பி குடிக்குமா... ?''

மாமா முந்திக் கொண்டு பேசினார்.

“காலேஜ் வரை படிச்ச பையன்... நம் வகையறாயில்ல...''

“அப்ப வறுவலையாவது சாப்பிடச் சொல்லுங்க... ஓரம் பறைப்பையன் குளிரில்ல பொக்குன்னு பாத்துக்கிட்டிருந்தா நல்லாயிருக்குமா. ?''

ராமசாமி குடல் வறுவலை இவன் பக்கம் நகர்த்தினான். குமட்டும் நெடி அடித்தது. இவன் ஒரு சிறு துண்டத்தை எடுத்து வாயில் போட்டான். காரம் தூக்கலாக இருந்தது. புரை ஏறியது. இருமினான். கண்களில் தண்ணீர் வந்துவிட்டது. வானத்தில் திரும்பவும் கிழக்கேயிருந்து கருக்கல்கள் ஏறிக் கொண்டேயிருந்தன. விட்டுவிட்டு முகில்களுக்கு மேலே மின்னின. ராமசாமி சப்தமாகப் பேசினான். பேச்சில் மாமாவைத் தூக்கி வைத்துப் பேசினான். மற்றவர்களின் பேச்சும் குழறலாகவே இருந்தது. பேச்சினிடையே தேவையில்லாமல் ஓசை எழுப்பிச் சிரித்தனர்.

ஆள் மாற்றி ஆள் அவர்களின் தொடுப்புகளைப் பற்றியும் வயசுப் பெண்களைப் பற்றியும் கேலி பேசியபடியிருந்தனர் வெகுநேரம். கடைசியாக ராமசாமி, போன வெள்ளத்தில் அடித்துப் போய்விட்ட கந்தசாமியைப் பற்றியும் அவன் மனைவி ரேணுவைப் பற்றியும் பேசியபோது, மாமாவின் முகம் சங்கடப்பட்டுவிட்டது.

கருக்கல்கள் உச்சிக்கு ஏறியிருந்தன. மின்னல் தெறித்துப் போவதும் இடிச்சப்தம் எழுவதுமாக இருந்தன. மாமா இவனிடம் ஜாடை காட்டிவிட்டு எழுந்தார். மாமாவுக்கு கால் லேசாகத் தடுமாறியது. வாசம் அடித்தது. தவளைகள் கத்திய வண்ணம் இருந்தன. ஊரை நெருங்கியதும் மாமா சொன்னார்! “இப்படியே ஊட்டுக்குப் போனா... உங்கத்தெ உண்டு இல்லீன்னு பண்ணிருவா... நம்ம ரேணு ஊட்டுக்குப் போயிட்டு அப்புறம் போலாம்...’’

மழையின் காரணமாக மின்சாரம் அறுந்துபோயிருந்தது. எங்கும் இருள் கவிழ்ந்து கிடந்தது. பரிச்சயமான சந்துகளில் மாமா நடந்தபடியேயிருந்தார். சேறு வழுக்கி விடாமலிருக்க பார்த்து நடக்க வேண்டியிருந்தது இவனுக்கு. முதியவர் ஒருவர் தடுமாற்றத்தோடு எதிரில் தென்பட்டார். மழைக்குப் பின்னே எல்லா வகையான ஜந்துகளும் விழித்துக் கொண்டு சப்தம் எழுப்பின. எல்லா வீடுகளிலும் காற்றின் குளிர் தாளாமல் நடை சாத்தியே கிடந்தன.

ரேணு வீட்டின் முன்பிருந்த அகத்திக் கொம்பில் இலைகள், நீர் சொட்டியபடி தூங்கிப் போயிருந்தது. வெள்ளாடுகள் திண்ணையிலேறிப் படுத்திருந்தன. கதவு திறந்தேயிருந்தது. அரிக்கேன் விளக்கு வெளிச்சத்தில் வீடு மொத்தமும் தெரிந்தது. மங்கலாக, பெரிது பெரிதான நிழலோடு, தரை ஈரமாயிருந்தது. ஆள் வருவது தெரிந்ததும் சாப்பிட்டுக் கொண்டிருந்த குழந்தைகள் நிமிர்ந்து பார்த்தன. ரேணு ஈரக்கையைத் துடைத்தபடி எழுந்து நின்றாள். வெள்ளைச் சேலை,

வெறும் கழுத்தில் ரொம்பவும் இளைத்துப் போயிருந்தாள். இந்த இளவயதில் ரேணுவின் சாந்தம் கொண்ட முகத்தில் வெளியிட முடியாத ஒரு சோகம் கவிழ்ந்து கிடப்பதை உணர முடிந்தது. பாயை எடுத்து விரித்துப் போட்டாள். இவன் உட்கார்ந்து கொண்டான்.

மாமா ரேணுவை சமையற்கட்டினுள் கூட்டிப்போய் ஏதோ பேசினார். பணம் கொடுப்பது தெரிந்தது. முந்தானையில் கண்ணீரைத் துடைத்தபடி ரேணுவும் ஏதோ பேசினாள். குழந்தைகள் இவனை விநோதமாகப் பார்த்தபடி மெல்ல சாப்பிட்டுக் கொண்டிருந்தன. ஒட்டுச் சந்தில் மின்னலின் ஒளிக்கீற்று படர்ந்து போனதும் இடிச்சப்தம் காதை அடைத்தது. மறுபடியும் மழை தூறத் தொடங்கியது.

வெளியே வந்ததும் மாமா பழையபடி சந்து சந்துகளாகப் புகுந்து நடந்தார். ஆந்தைகள் ஒன்றோடு ஒன்று முறைச்சலிட்டபடி தலைக்கு மேலே போவதைக் கெட்ட வார்த்தையில் திட்டியபடி நடந்தார். சனங்கள் தட்டுப்படவேயில்லை. மழைநாளின் இரவு ஊரை சீக்கிரத்தில் ஆழ்த்திவிடும் சாமர்த்தியம் கொண்டது. தாழ் திறந்ததும் அத்தை எதுவும் பேசாமலே உள்ளே போய்விட்டாள். வீடு நிசப்தம் வாங்கியது. மாமாதான் துண்டில் ஈரத்தை துடைத்தபடி பேசினார்.

"இளமத்தியானம் சாப்பிட்டது... மாப்பிள்ளைக்குப் பசிக்குமில்ல" வெகுநேரம் கழித்து, அத்தை இலையைக் கொண்டு வந்து ஆசாரத்து சுவரோரம் விரித்துப் போட்டபடியே கேட்டாள்.

"ரேணுகா ஊட்டுல மாப்பிள்ளைக்கும் சேர்ந்துதானே சாப்பாடு நடந்திருக்கும்..."

மாமா பதில் பேசவில்லை. ஜன்னலைத் திறந்து மழைதூறும் வீதியைப் பார்த்தபடியிருந்தார். இவன் இலையில் போய் உட்கார்ந்ததும் மாமா உள்ளே போய் வட்டிலை எடுத்து வந்தார். இவன் பக்கத்தில் உட்கார்ந்து கொண்டார். சாதம் பரிமாறும்போது அத்தை திரும்பவும் பேசினாள்.

"இந்த மாசமெல்லாம் கார் மழை பெய்யத்தாம் போகுது. கரையிலும் வெள்ளம் வரத்தாம் போகுது... நீங்களும் எம்பேச்சுக் கேக்காம வெள்ளத்துல எறங்கத்தாம் போறீங்க... அப்புறம் ஒருநாள் கந்தசாமியைப் போல வெள்ளம் உங்களையும் அல்ப ஆயுசுல அடிச்சுக்கிட்டுதாம் போகப்போகுது... நீங்க ரேணுவை வெச்சுக்கிட்ட மாதிரி என்னையும் ராமசாமியோ... வேற எவனோ ஒருத்தன் வச்சுக்கத்தாம் போறோம்! பாருங்களேன்..."

ஸ்ரீராம் | 149

அத்தை முகம் கோபம் கொண்டிருப்பதைக் கவனித்தபடியே இவன் சாப்பிட்டான். மாமா நிமிராமலேயே சாப்பிட்டு முடித்தார். படுத்தபின் தூக்கமே வரவில்லை இவனுக்கு. மாமாவும் விழித்துக் கொண்டுதானிருந்தார். சமையற்கட்டினுள் அத்தை ஒருக்களித்துப் படுத்தபடியே அழுது விசும்பும் சப்தம் கேட்டுக் கொண்டேயிருந்தது. மழை மெல்ல ஓய்ந்து கொண்டிருந்தது.

பொழுது கிளம்பியதும் ஊருக்கு பஸ் ஏறினான் இவன். புளியமரத்தின் உச்சிக்கு மேலே திரள்திரளான முகில்களோடு இன்றைக்கும் ஆகாயம் சுடர்ந்து கொண்டுதானிருந்தது. மாமாவிடம் வட்டிப் பணம் வாங்காமலேயே திரும்பிவிட்டது ஞாபகம் வந்ததும் பக்கென்றது இவனுக்கு. அதையெல்லாம்விட மாமாவை அந்த கரைவெள்ளம் அடித்துப் போய்விட்டதைப் போலவே தோன்றியது இவனுக்கு.

- தீராநதி, மார்ச் - 2004

பேயைக் காட்டுபவர்

நடை திறந்தேயிருந்தது. வீட்டுக்குள் யாரும் இருப்பதற்கான சுவடே தெரியவில்லை. ஆசாரத்தில் போய் நின்று இவன் குரல் கொடுத்தான். சப்தம் கேட்டதும் வெளித்திண்ணை மூலையில் சாத்தியிருந்த தவிட்டு மூட்டைகளுக்கிடையேயிருந்து ஒரு கோழி கொக்கரித்தபடி எழுந்து ஓடிற்று. முட்டையிடும் கோழியாக இருக்க வேண்டும். வெளிவாசலில் மிரட்சியுடன் அலைந்தது. திண்ணையில் ஏறவும் இறங்கவும் செய்தது. வெகுநேரம் அதன் கொக்கரிப்பு அடங்காமலேயே இருந்தது.

இவன் சுப்பிரமணிய மாமாவைத் தேடினான். திரும்பவும் குரல் கொடுத்தான். குரல் உள்ளேயிருந்து எதிரொலித்து வந்தது. ஆசாரம் நீண்டிருந்தது. நிறையத் தூண்கள் கொண்டிருந்தன. நிழல் கட்டிப் போயிருந்தது. ஆசாரத்து ஊஞ்சல் தானாக மெல்ல ஆடியபடியிருந்தது. அதன் துரு சங்கிலியிலிருந்து பல்லி சயனித்தது.

ஆசாரத்தின் பின்புறப் படியிறங்கி இவன் தொட்டி வாசலுக்குப் போனான். கல் பதிந்த தளம் உடைய தொட்டி வாசலில் வெயில் விழுந்து கொண்டிருந்தது. மழை பருவமற்ற காலமாயினும் ஆகாய வெளியெங்கும் முகில்கள் நகர்ந்து கொண்டிருந்தன. தொட்டி போன்ற அமைப்புடைய வாசலைச் சுற்றிலும் மரத்தூண்கள் தாங்கிய திண்ணைகள் இருந்தன. தாழ்வாரம் போலவே இருந்தன. சீமை ஓடுகள் சரிவாக மேய்ந்திருந்ததால் அவ்விடத்தில் முகடு நன்றாகவே தெரிந்தது.

திண்ணை ஏறியதும் சின்னச் சின்ன அறைகள் எதிர்ப்பட்டன. திறந்திருந்த கதவுகளில் வேலைப்பாடுகள் செய்திருந்தது. குறுக்குச் சட்டத்தின் குமிழ்கள் இன்னும் மழுங்காமலிருந்தது. சன்னல்களற்றே இருந்த எல்லா அறைகளும் இருளாயிருந்தன.

இவன் உள்ளே எட்டிப் பார்த்தபடியே திண்ணையைச் சுற்றி வந்தான். பின்வாசலுக்கு இறங்கும் திண்ணைப் படியிலிருந்து பார்த்தபோது, வெளிநடையும் வீதியும் தெரிந்தது வெளிச்சத்தோடு. சுப்பிரமணிய மாமா கோழியை தாவியபடி வெளிநடையினுள் நுழைவதும் தெரிந்தது. இவனைக் கண்டதும் மெலிதாகச் சிரித்தார். நிற்காமல் பின்வாசலுக்குப் போனார். கோழியைக் கூடையில் வைத்து மூடியபடி சப்தமாகக் கேட்டார்.

"என்ன... நிபந்தனையெல்லாம் ஞாபகமிருக்கில்ல..."

"இருக்கு...?"

"குளிக்கலையில்ல..."

"நேத்திலிருந்தே இல்ல..."

"அப்ப இன்னிக்கு ராத்திரியே பேய்ப் பார்க்க வேண்டியதுதா"

சுப்பிரமணிய மாமா இரண்டாவது ஆட்டம் சினிமா பார்ப்பது போல சுலபமாகச் சொன்னார். இவனுக்கு நடக்காத காரியமாகத்தானிருந்தது. இன்னும் முழுநம்பிக்கை ஏற்படாமலேயிருந்தது.

இவன் வீதிக்கு வந்தான். சுப்பிரமணிய மாமா வெளிநடையைச் சாத்திப் பூட்டும்போது சொன்னார்.

"அப்ப நேரா ஓட்டலுக்கு போயி சாப்பிட்டுட்டு... அப்படியே கோயிலுக்குப் போயிட்டு வந்தர்லாமா... வேலமுடியுமில்ல..."

இவன் சரியென்று தலையசைத்தான்.

சுப்பிரமணிய மாமா பேயைக் காட்டுவதாகச் சொல்லி ஊரில் நிறைய பேரை மிரட்டிக் கொண்டிருந்தார். வெகுகாலமாக விதண்டாவாதம் பேசிய சிலர் கூட, மாமாவின் நிபந்தனைகளை முழுவதும் கடைபிடிக்க முடியாமல் பாதியிலேயே விலகி ஓடிவந்து விட்டனர். அந்த நிபந்தனைகள் ஒன்றும் கடினமானது கிடையாது. பயம் ஏற்பட வேண்டும் என்பதற்காகவே செய்வதாகத்தான்பட்டது.

என்றாவது ஒருநாள் மனிதனின் மனோபாவம் வேறு ஒரு கூறுக்கு பயணப்படும். எல்லோர் வாழ்விலும் இது நடந்தே தீரும். இவனளவில் இது உறுதியானபோது, இவன் நிபந்தனைகளை ஏற்று செயலில் இறங்கிவிட்டான். மாமாவுக்கும் சந்தோஷமாகப் போய்விட்டது. நீண்ட காலத்திற்குப் பின் பேயைக் காண்பிக்கும் குதூகலம் அவர் முகமெங்கும் தொற்றிப் படர்ந்திருந்தது.

கடைவீதி போனார்கள். பூக்கடை முச்சந்தியிலிருந்து பிரித்து சந்து சந்தாக கூட்டிப்போனார். சத்யா தியேட்டர் போகும் வழியின் முடிவிலிருந்த அந்த பீப் ஸ்டால் கடைக்குள் மதியத்தில் கூட்டமற்றுப் போயிருந்தது. பத்து வயது பையன் ஒருவன் இலையை வைத்தபடி நின்று கொண்டிருந்தான். ஒரு கிழவன் மட்டும் மும்முரமாகச் சாப்பிட்டுக் கொண்டிருந்தான். பக்கத்தில் சுருட்டிய சாக்குப் பை வைத்துக் கொண்டிருந்தான். இவர்கள் உட்கார்ந்ததும் பையன் இலை போட்டான். உள்ளேயிருந்து அழுக்குப் பனியனோடு லுங்கியில் கைகளை துடைத்தபடி வந்த வயதானவன் நாகரிகமாக கேட்டான்...

"என்ன சாப்பிடறீங்க சார்...?''

சுப்பிரமணிய மாமா பரிச்சயமானவர்போல ஆர்டர் செய்தார். இவன் யோசித்தபடி உட்கார்ந்திருந்தான். சிறிது நேரத்திற்குப்பின் தட்டில் கொண்டுவந்த வறுவலை இலையில் கொட்டினான். ஆவி போனது. இவனுக்கு கவிச்சி அடிப்பது போலவும் இருந்தது. இதற்கு முன்பு இவன் மாட்டுக்கறி சாப்பிட்டதேயில்லை. பெரும் பாவமாக நினைத்திருந்தான்.

இவன் முதல் துண்டை எடுத்து வாயில் வைக்கும்போது, சுப்பிரமணிய மாமா பாதி வறுவலை காலி செய்துவிட்டிருந்தார். கீரைப் பொரியல் சாப்பிடுவது போல விறுவிறுப்பாகவே சாப்பிட்டார். கை கழுவும்போது மாமாவுக்கு சிரிப்பு இழையோடியது.

பூக்கடை முச்சந்தி வந்ததும் சுப்பிரமணிய மாமா அவசரமாக பஸ் ஏறினார். காங்கேயம் டிக்கெட் எடுத்துக் கொண்டார். பின் மதியமாதலால் பஸ்ஸில் கூட்டம் அதிகமில்லாமல் இருந்தது. காங்கேயம் பஸ் நிலையத்தில் இறங்கி, படியூர் பழியாக திருப்பூர் செல்லும் டவுன்பஸ்ஸில் தொற்றினார். இவனும் தொற்றிக் கொண்டான்.

எங்கும் வெயில் படர்ந்து போயிருந்தது. வெட்டார வெளியில் வீடுகள் ஆகிக் கொண்டிருந்தன. சிவன் மலையில் இறங்கிக் கொண்டார்கள். கீழிருந்து பார்க்கும்போது சிவன் மலை ஒரு சிறிய கோபுரம் போலவே தெரிந்தது. பொழுது சாயத் தொடங்கியிருந்தது. மேற்கு பார்த்தக் கடைகளில் படுதாக்கள் தொங்கின. செருப்பை விட்டுவிட்டு, தேங்காய் பழம் வாங்கிக் கொண்டார் சுப்பிரமணிய மாமா.

படிகளில் சனங்கள் இறங்கிக் கொண்டிருந்தார்கள். ஸர்வ அமாவாஸ்யை நாளுக்கே உண்டான கூட்டமிகைவு தெரிந்தது. படிகளை ஒட்டிப் போன தார் ரோட்டில் வாகனங்கள் அணத்தியபடி ஏறும் முறைச்சல் கேட்டது. மண்டபங்களின் மேல் குரங்குகள் உட்கார்ந்திருந்தன. கிழவி ஒருத்தி பொரிகடலை விற்றுக் கொண்டிருந்தாள்.

இடும்பன் கோவில் நுழைவாயிலைக் கடந்தபோது, இவனுக்கு முதன்முறையாக பயம் ஏற்பட்டது. பிள்ளையார்கோவில் அரசமரம் காற்றுக்கு இலை உதிர்ந்து கொண்டிருந்தது. குளிக்காமல் புலால் தின்று, புண்ணிய ஸ்தலம் போவதை நினைக்கையில் குலை நடுங்கியது. பெரும்பாவம் செய்துவிட்டது போல் இருந்தது. உச்சியை அடைந்ததும் திரும்பி ஓடிவிடலாமா என யோசித்தான். எப்படியாவது பேயை பார்த்தே தீரவேண்டும் என்கிற வேட்கை தடுத்து நிறுத்தியது. சுப்பிரமணிய மாமா ஊருக்குள் சொல்லி கேவலமாகப் பேசுவார்களே என்பதும் சேர்ந்து தைரியம் ஊட்டியது.

இவன் வைராக்கியத்தோடு நடந்தான். சுப்பிரமணிய மாமா சிரித்தபடி முன்னே போனார். மாமா பயப்படுவது மாதிரியே தெரியவில்லை. எப்பொழுதும் போலவே இருந்தார். கிரி சுற்றும்போது அடிக்கும் காற்று இவனுக்கு ஆனந்தமாக இருக்கும். இன்றைக்கு வேர்த்துக் கொட்டியது. எதையும் ரசிக்கும் மனநிலை போய்விட்டது.

அடிவாரப் பகுதியில் மயில் ஒன்று அகவும் குரல் கேட்டது. மலைப் பகுதியெங்கும் ஒன்றி விரிந்துகொண்டே போனது அதன் குரல். உள்பிரகாரம் நிசப்தம் கொண்டிருந்தது. கப்பென்றிருந்ததில் அபிஷேக வாசனையை உணர முடிந்தது. தீபாராதனையைக் கும்பிடும்போது இவன் கைகள் நடுங்கின. முருகனின் அலங்காரம் பார்க்க முடியவில்லை. கண்களை மூடிக்கொண்டான். வெளியில் யாரோ மணியை அடித்தனர். சப்தம் எதிரொலித்துப் போயிற்று. ஒவ்வொருவரின் பயபக்தியைக் கண்ணுறும்போது, இவனுக்கு உள்ளுக்குள் உறைந்துபோனது. நெஞ்சு படபடப்பு கூடியதுபோலவே இருந்தது.

நாக்கு உலர்ந்து கொண்டேயிருந்தது. இன்றிரவு கட்டாயம் பைத்தியம் பிடித்துவிடும் போல் தோணியது. இல்லை செத்துவிடுவோம் என்றுமிருந்தது.

படிகளில் இறங்கிவரும்போது மஞ்சள் வெயில் அடித்தது. இவன் முகம் இனம் புரியாத ஒருவித பீதியில் ஆட்கொண்டு வெளிவருவதை சுப்பிரமணிய மாமா கவனித்தார்.

ஊர் திரும்பியதும் சுப்பிரமணிய மாமா வீடு செல்லவில்லை. நேராக சுடுகாட்டுப் பாதையில் இவனைக் கூட்டிப்போனார். மங்கிய இருளில் காலடித் தடம் மட்டுமே தெரிந்தது. தொலைவில் வீதி விளக்குகள் மின்மினிப் பூச்சிபோல சுடர்ந்து கண்ணைக் கூசின. திடீரென ஊர் எதனுள்ளேயோ அமிழ்ந்துவிட்டது போல இருந்தது.

சுப்பிரமணிய மாமா வேலிப்புதரின் நடுவே புகுந்து நடுசுடுகாட்டிற்கு போனார். சமீபத்தில் புதைத்த குழிமேட்டின் மீது பாயும் தலையணையும் கிடந்தது. அதன் வெண்மை இருளில் ஆள் படுத்திருப்பது போலவே நாற்றம் காண்பித்தது. கோனார்கள் கட்டியிருந்த மூன்று பழைய குகைகளின் சுவர்களும் சிதிலமாகியிருந்தன.

சுப்பிரமணிய மாமா ஓர் இடத்தில் குனிந்து சுடுகாட்டு மண்ணு அள்ளி எடுத்தார். ஒரு வெள்ளைத் துணியில் முடிந்து கொண்டார். அதேபோல வேறு ஒரு துணியில் முடிந்து இவனிடம் கொடுத்தார். மண்ணை வாங்கியதும் இவனுக்கு முகம் சோபையிழந்து விட்டது.

சுப்பிரமணிய மாமா திரும்பி ஊர் பாதையில் நடந்தார். காற்று வேலிப்புதரினூடே புகுந்து வெற்றிடமான முறைச்சல் எழுப்பிப் போயிற்று. பூனை ஒன்று நிற்பதை ஒளிரும் அதன் கண்களிலிருந்து காண முடிந்தது.

இவன் திரும்பித் திரும்பிப் பார்த்தபடியே நடந்தான். பின்னால் யாரோ வருவதுபோலவே இருந்தது. கேட்கும் சப்தங்கூட கிட்டத்தில் கேட்டது. உருவமற்ற எதுவோ துரத்துவது போல இருந்தது. உள்ளுக்குள் பயம் விலகாத போதும் அதிகமான ஒரு பீதியில் பிடிபட்டிருப்பதே பயத்திற்குக் காரணம் என நினைத்துக் கொண்டான். சுப்பிரமணிய மாமா எதைப்பற்றியும் கவலையின்றி நடந்து கொண்டிருப்பது போலவே இவனுக்குத் தோணியது. சுப்பிரமணிய மாமா திடீரென்று பின்னால் திரும்பி இவனிடம் கேட்டார்.

“நிபந்தனையெல்லாம் செரியா பண்ணிட்டோம்ல... எதுவும் விடுபடலையே...?''

“இல்லீன்னு நெனைக்கறேன்... ரெண்டு நாளா குளிக்கல.. மாட்டுக்கறி சாப்பிட்டாச்சு. மலையும் ஏறியாச்சு... சுடுகாட்டு மண்ணும் எடுத்தாச்சு... இனி சாமத்துல கதவெ நீக்கி வச்சு தனியா படுக்கறதாம் பாக்கி...''

சுப்பிரமணிய மாமா மேற்கொண்டு பேசாமலேயே வந்தார். தடம் பழகிய ஊரே இந்த முன்னிரவில் அச்சம் ஏற்படுத்தின. வீதியில் நாய்

ஒன்று கடப்பதுகூட நெஞ்சுக்குள் சுருக்கென்றது. சனங்கள் யாரும் தென்படாமலே போனது வருத்தமாகவே இருந்தது.

சுப்பிரமணிய மாமா வெளிநடையைத் திறந்தார். இவனை உள்ளே கூட்டிப் போனார். பகலிலேயே விநோத ரூபங்கொண்ட வீடு இரவில் வேறு ரூபம் பூண்டிருந்தது. மாமா விளக்கைப் போடக்கூடாது எனச் சொல்லிவிட்டார். பெரும் நிசப்தம். எங்கும் இருள். இவனுக்கு எதுவும் புலப்படவில்லை.

சுப்பிரமணிய மாமா இவனை ஆசாரத்தின் பின்புறப்படியிறக்கி மேலும் கூட்டிப் போனார். தொட்டிவாசலின் வெற்றிடத்தில் லேசான வெளிச்சம் நிரம்பியிருந்தது. பின்வாசலுக்கு இறங்கும் திண்ணைப்படியோரம் இவனைப் படுக்க வைத்தார். மாமாவும் அருகிலேயே படுத்துக் கொண்டார். வெளிநடை அகல திறந்திருக்கிறதா என மாமா ஒரு முறை நிமிர்ந்து பார்த்துக் கொண்டார். சுவரில் இறங்கிய பல்லிகள் சயனித்துக் கொண்டேயிருந்தன ஒன்று மாற்றி ஒன்று. கணிகணீரென இடமூலையில் சொன்னபோது இவன் பயந்து போனான். பூனை அதே ஒளிரும் கண்களோடு விட்டத்தில் நடந்தது. சுடுகாட்டிலிருந்து பின்னே வந்திருக்கும்போல் தோணியது.

பின்வாசல் கிணற்றுக்குள்ளிலிருந்து புறாக்கள் அணத்தின. சாமத்தில் புறாக்கள் அணத்துவது நல்லதிற்கில்லை என வயதானவர்கள் சொன்னது ஞாபகம் வந்தது. இவன் குடும்பத்தை நினைத்துக் கொண்டான். சிரித்த அம்மாவின் முகம். சிடுசிடுத்த அப்பாவின் முகம் என எல்லாம் ஒருகணம் ஞாபகத்தில் வந்து போயினர். கண்களை மூடினபோது சுழலும் வீட்டினுள்ளே படுத்திருப்பதுபோல் இருந்தது. தேவையில்லாமல் வந்து மாட்டிக் கொண்டோமோ எனவும் நினைத்துக் கொண்டான். இந்த இரவின் முடிவில் ஆயுள் பூர்த்தியாவது போலவும் மேல்லோகம் செல்வது போலவும் கூட கற்பனை எழுந்தது.

நேரம் கழிய மறுத்தது. சுப்பிரமணிய மாமா குறட்டைவிடும் சப்தம் கேட்டது. ஆழ்ந்து தூங்கும் மாமாவின் முகம் எந்தவித சலனமுமில் லாமல் அமைதி கொண்டிருந்தது. பார்க்கப் பார்க்க இவனுக்குப் பெரும் வியப்பாக இருந்தது.

ஊரின் வடக்குபுறத்தில் நாய்கள் மாறிமாறி ஊளையிட்டுக் கொண்டிருந்தன. அதன் சப்தம் கர்ண கொடூரமாகவும் இந்த அலாதியான சாமத்தில் கிலி ஏற்படுத்தும்படியும் இருந்தது. பின்வாசலில் எலிகளும் பெருச்சாளிகளும் கூச்சமின்றி அலைவது வெளியிலிருந்து எதையோ விரும்பி உள்ளே கூட்டிவருவது போலவே இருந்தது.

ஒரு நிலையில் இவனுக்குப் புற உலகோடு தொடர்பற்றுப் போனது போல் ஆயிற்று. பாதாளத்தில் விழுவது மாதிரியிருந்தது. அந்த சமயத்தில் சுப்பிரமணிய மாமா திடீரென எழுந்தார். குதித்தபடி அலறினார்.

“பேய்... பேய்... பேய்...''

சுப்பிரமணிய மாமாவின் அலறல் உச்சஸ்தாயிக்குப் போயிற்று. அகன்ற வெளிநடையைப் பார்த்தபடியேயிருந்த மாமாவின் கண்கள் எதையோ நிஜமாலுமே வெறித்தன. உடம்பின் மொத்தப் பாகமும் நடுங்கின. மாமாவின் வாய் பயத்தில் கொன்னியது. இயல்பான குரல் மறைந்துபோய் நடுங்கும் தொனியில் வெளிப்பட்டது.

“ப்பே... பே... பேய்...''

இவனுக்கு எதுவும் புரியவில்லை. பிதிர்கெட்ட மாதிரியிருந்தது. கூடச் சேர்ந்து உளறினான். சுப்பிரமணிய மாமா பழையபடி அதிபயங்கரமாக சப்தமிட்டார். ஆசாரத்தைத் தாண்டி வெளியே ஓடினார். இவனும் பின்னே ஓடினான். வெளிநடையைக் கடந்து வீதியில் போய் நின்று திரும்பவும் மாமா அதிபயங்கரமாகச் சப்தமிட்டார்.

“பேய்... பேய்... பேய்..''

இவன் வீதிக்கு இறங்கிவந்து பார்த்தான். இருள் பரவிய வீதி வெறிச்சோடிக் கிடந்தது. புழுதி மண் கிளம்ப குதித்து சப்தமிட்டுக் கொண்டிருந்த சுப்பிரமணிய மாமா திடீரென சப்தத்தை அடக்கி எதையோ துரத்திக் கொண்டு ஓடத் தொடங்கினார். ஒரு நிழல் அரூபமாக விழுந்து முன்னால் போவதுபோலவே இருந்தது. சட்டென மாமா ஒரு புள்ளியில் மறைவது போலவும் இருந்தது. மறைந்துவிட்டார்.

இவன் நடுக்கத்தில் அப்படியே உறைந்துபோய் உட்கார்ந்து கொண்டான். அதன்பின்பு மெல்ல பயம் சூழ்ந்தது. ஒளிரும் கண்கள் கொண்ட அந்தப் பூனை வெளிநடையில் குத்தவைத்து உட்கார்ந்து எல்லாம் பார்த்தபடியிருந்தது!

- கனவு, ஜனவரி - 2002